सलोख्याच्या गोष्टी

अमृता खंडेराव

सकाळ प्रकाशन

सकाळ प्रकाशन

सलोख्याच्या गोष्टी

Salokhyachya Goshti

प्रथम आवृत्ती	:	ऑगस्ट २०२४
प्रकाशक	:	सकाळ मीडिया प्रा. लि.
		५९५, बुधवार पेठ, पुणे ४११ ००२
संपादन	:	वर्षा आठवले
मुद्रितशोधन	:	अश्विनी महाजन
मुखपृष्ठ	:	अन्वर हुसेन
मांडणी व आतील चित्रे	:	अपूर्वा सेलूकर
मुद्रणस्थळ	:	विकास प्रिंटिंग ॲण्ड कॅरिअर्स प्रा. लि.
		प्लॉट नं. ३२, एमआयडीसी, सातपूर, नाशिक
ISBN	:	978-81-19311-47-7
संपर्क	:	०२०-२४४० ५६७८ / ८८८८८ ४९०५०
		sakalprakashan@esakal.com

अन्ननिर्मितीचा मूलभूत व्यवसाय करताना शेकडो हातांची गरज पडते.
या हातांना एकमेकांची जात-पंथ-धर्म पाहायला सवड नसते.
नांगरणी, पेरणी, निंदणी, वेचणी, तोडणी, मालवाहतूक ही सगळी कामे
हातात हात घालून करताना सलोखा आपोआप निर्माण होतो.
ही कामे करताना, माणसाने माणसाला सहकार्य केल्याशिवाय जगता येत नाही;
असा अनमोल संदेश जगाला देणाऱ्या ग्रामीण कष्टकरी जनतेला
मी हे पुस्तक अर्पण करत आहे.

मनोगत

सोशिकता, सामंजस्य आणि सलोखा ही ग्रामीण जीवनाची त्रिसूत्री आहे. त्याशिवाय जगता येणे इथे शक्य नसते.

शेती, शेतीपूरक उद्योग आणि ग्रामीण अर्थव्यवस्थेमुळे ग्रामीण भागातील लोक आजही एकमेकांच्या सहकार्याशिवाय जगू शकत नाहीत. त्यांच्यातला सलोखा हा नैसर्गिक सहजतेने निर्माण झालेला असतो, उपजत असतो. सकाळी उठल्यापासून ते रात्री झोपेपर्यंत ग्रामीण माणसे सतत एकमेकांवर अवलंबून असतात. मजूर, वाहतूकव्यवस्था, शेतीसाठीची यंत्रे आणि अवजारे एकमेकांची वापरावी लागतात, त्यामुळे आपोआपच सहकार्याचे आणि सामंजस्याचे संबंध निर्माण होत जातात.

माणूस भुकेच्या वेळेला आला तर त्याला भाकर वाढायची पद्धत खेड्यात अजूनही जिवंत आहे. भूक आणि भाकरी या दोन गोष्टींमुळे संबंध अधिक बळकट आणि पिळदार होत जातात. दुसऱ्या कुठल्याही भावनेपेक्षा 'भाकरी' या आतड्यापासून त्या आतड्यापर्यंत जास्त लवकर पोहोचते. गरिबाला गरिबाची भूक लवकर कळते.

ग्रामीण भागातील माणसे आजही जीवनातल्या मूल्याधारित पारंपरिक श्रद्धा जिवापाड जपताना दिसतात. वरवर पाहता त्या भाबड्या वाटतात; परंतु भावनांची ओल टिकून राहायची असेल तर हा भाबडेपणा फार गरजेचा आहे. शेतकऱ्याच्या शेतातून मिळालेला वानवळा आणि मॉलमधून खरेदी केलेल्या चमकदार पाकिटातील हुरड्यात जो फरक आहे, तोच फरक ग्रामीण आणि शहरी जीवनात आहे. गेल्या वीस वर्षांपासून खेड्यात राहताना या गोष्टी प्रकर्षाने जाणवल्या. सलोख्याचे अनेक अनुभव आले. या पुस्तकात मला आणि माझ्या कुटुंबाला आलेले वेगवेगळे अनुभव मी मांडले आहेत.

शहरी भागातील वेगवान जीवनमानामुळे लोकांना फुरसतीने जगायला वेळ नसतो.

त्यांचे जीवन घड्याळाच्या काट्याशी बांधलेले असते. शहरी भागात सामंजस्य आणि सलोखा गरजेनुसार वापरला जातो; तर ग्रामीण भागात तो बीजातून उत्कटपणे उगवलेल्या रोपाप्रमाणे मातीतून उगवतो. ज्याप्रमाणे नागरसाहित्य कोरडे पडल्यानंतर त्याला लोकसाहित्याच्या आदिम झऱ्यापाशी येऊन आपली रिकामी घागर भरून घ्यावी लागते, त्याचप्रमाणे भावनाहीन झालेल्या नागर समाजालासुद्धा भावनांची आणि मानवी श्रद्धांची ओल घेण्यासाठी ग्रामीण भागाकडे वळावे लागणार आहे. तांत्रिक प्रगतीमुळे काही खेडी सुधारली, माणसे शहराकडे धावल्यामुळे काही बकाल झाली, तर काही व्यसनांच्या विळख्यात घावली; तरीही, 'मातीतून अन्न उत्पन्न करणे' या मूलभूत व्यवसायामुळे माणसाची मातीशी असलेली नाळ तुटणे शक्य नाही.

पावसानंतरचा मातीचा सुगंध आणि हिरवीकंच शेते माणसाला मातीवर प्रेम करायला भाग पाडतात. ही माती फक्त अन्नच नाही, तर जिव्हाळाही देते. माती हातात हात घालून राबायला आणि जगायला शिकवते. मातीचा सुगंध, ओलावा आणि सकसपणा घेऊन जगणाऱ्या माणसांच्या कहाण्या म्हणजे या 'सलोख्याच्या गोष्टी'. त्या वाचताना वाचकाला आपल्या रक्तातल्या मातीची आठवण व्हावी, अशी अपेक्षा व्यक्त करते.

साहित्य अकादमी पुरस्कारप्राप्त लेखक माननीय प्रमोद मुजुमदार यांनी पुस्तकासाठी अत्यंत कमी वेळात समर्पक प्रस्तावना लिहून दिली. सकाळ प्रकाशनचे आशुतोष रामगीर, वर्षा जोशी-आठवले आणि संपूर्ण सकाळ टीमने पुस्तकाचे रूप अधिकाधिक देखणे होण्यासाठी प्रचंड मेहनत घेतली आहे. नागपूर सकाळचे प्रमोद काळबांडे सर, कुंदा हळबे, निशा साळगावकर, प्रज्ञा तांबेकर या सर्वांनी पुस्तकासाठी मनःपूर्वक सहकार्य केले. कुंदा हळबे या माझ्यासाठी प्रेरणेचा बारमाही झरा आहेत.

सलोखा समूह गटाच्या सर्व सदस्यांनी 'सलोखा' या विषयावर लिहिण्यासाठी मला अथक प्रेरणा दिली आहे. विशेषतः डॉ. मोहन देस यांनी माझ्याशी वेळोवेळी चर्चा करून मला मार्गदर्शन केले आणि शर्मिष्ठा अंजनी खेर लिहिण्यासाठी सतत मागे लागत असतात. या सर्वांच्या प्रेरणा आणि मार्गदर्शनामुळे पुस्तक पूर्णत्वास पोहोचले याची नम्र जाणीव आहे. या सर्वांची मी मनःपूर्वक आभारी आहे.

– अमृता खंडेराव

प्रस्तावना

अमृता गणेश खंडेराव यांचे हे मनस्वी लिखाण प्रथमच पुस्तकरूपात समोर येत आहे, ही निश्चितच आनंदाची गोष्ट आहे. अमृता यवतमाळ या निमशहरी परिसरातील असून नव-मध्यमवर्गीय समाजातील त्या एक जागृत संवेदनशील स्त्री-प्रतिनिधी आहेत. त्यांच्या संवेदनशील जाणिवांचे प्रतिबिंब या लिखाणामधून आपल्यापर्यंत आता पोहोचत आहे.

या लिखाणाचे स्वरूप मुख्यतः छोटे जीवनानुभव त्यावरील भाष्यासहित वाचकांपर्यंत पोहोचवणे असे आहे, त्यामुळेच त्या लिखाणाला काहीसे संवादी रूप आले आहे; तसेच काही प्रमाणात मूल्य जाणीव आग्रहपूर्वक सांगणारे हे लिखाण झाले आहे. तरीही, ते अत्यंत आकर्षक ठरते, कारण अमृता खंडेराव यांची भाषाशैली! त्यांची मूळ मराठी भाषा नक्कीच 'शिष्टसंमत मराठी' स्वरूपाची आहे. परंतु त्याच वेळी त्यांचे समग्र मराठी भाषेवरील प्रेम आणि नाते इतके सखोल जिव्हाळ्याचे आहे, की त्यांच्या लिखाणात त्यांच्या आजूबाजूच्या समाजातील माणसांच्या बोलीभाषा, त्या भाषेचा लहेजा सहज व्यक्त होतो. त्या भाषांबद्दल (आणि अर्थात, त्या माणसांबद्दल) जिव्हाळा असल्याशिवाय हे जमत नाही. ही भाषिक सहिष्णुतेची अभिव्यक्ती ठरते.

त्यांच्या लिखाणाचा योग्य परामर्श घ्यायचा तर त्या लिखाणाचा सामाजिक परिप्रेक्ष्य लक्षात घ्यायला हवा. १९८५पासून देशात जागतिकीकरणामधून एका मोठ्या बदलाची सुरुवात झाली. या बदलातून महाराष्ट्राचा ग्रामीण निमशहरी भाग विकसित झाला. या प्रदेशात नवा मध्यमवर्ग उदयाला आला. हा नवा मध्यमवर्ग शहरी पारंपरिक मध्यमवर्गापेक्षा अनेक पातळींवर वेगळा होता आणि आहे.

सांस्कृतिकदृष्ट्या विचार करायचा तर हा नवा मध्यमवर्ग मुख्यतः बहुजन,

ओबीसी व दलित समाजांमधून तयार होत गेला. त्यांच्या सांस्कृतिक वारशाच्या खुणा त्यांच्या मूल्यावस्थेत नेहमीच जाणवत राहतात. एका बाजूला उच्चवर्णीय ब्राह्मणी मूल्यांचे आणि जीवनशैलीचे सुप्त आकर्षण, तर त्याच वेळी आपल्या ग्रामीण सांस्कृतिक पार्श्वभूमीचा अस्मितादर्शक अभिमान, असा संघर्ष या नव-मध्यमवर्गात जाणवतो. याला संघर्ष म्हणावे किंवा नाही, हा कदाचित वादाचा मुद्दा असू शकेल. परंतु या निमशहरी प्रदेशात हा सांस्कृतिक तणाव मध्यमवर्गीय समाजात पदोपदी जाणवतो. जुन्या रितीरिवाजांचे दडपण आणि नव्या जीवनशैलीचे आकर्षण असा हा सांस्कृतिक तणाव सर्व जाती आणि धर्मांमध्ये तयार झालेल्या नव-मध्यमवर्गात पाहायला मिळतो.

त्याच वेळी १९९२पासून भारतात सुरू झालेल्या धार्मिक ध्रुवीकरणाच्या राजकारणाच्या कालखंडाचाही गंभीर परिणाम या नव-मध्यमवर्गावर दिसतो. आपल्या जातीसमूहाची अस्मिता बाळगतानाच त्या पलीकडे (भ्रामक) 'प्रतिष्ठा' देणाऱ्या 'धर्म' या अस्मितेशी जोडून घेण्याची धडपड या नव-मध्यमवर्गात दिसते. आपण 'धर्माभिमानी' आहोत याला एक प्रतिष्ठा मिळू लागली. त्यामागे एक राजकीय सामाजिक दबाव आहे; हे खरे असले तरी त्या दबावामुळे अनेक भागांत पारंपरिक सामाजिक व सांस्कृतिक संवाद क्षीण होत गेला. आपल्यापेक्षा वेगळ्या धर्मश्रद्धा असलेल्या माणसांविषयी संशय आणि गैरसमजाचे वातावरण तयार होत गेले. इतिहासाचे विकृतीकरण आणि भिन्न धर्मीयांविषयी विद्वेषाचा कृत्रिम प्रवाह तयार करण्यात आला आहे. याचे प्रत्यक्ष परिणाम म्हणजे, विविध अल्पसंख्य धार्मिक समूहांमध्ये असुरक्षितता तयार झाल्याचे, परस्पर वैराची भावना वाढल्याचे दिसते. परंतु ही भावना पूर्णपणे कृत्रिम स्वरूपाची आहे. याचे कारण महाराष्ट्राच्या सर्व प्रदेशात गेल्या सात-आठशे वर्षांत हिंदू आणि मुस्लीम धर्मीय सर्वसामान्य नागरिक अत्यंत सलोख्याने राहतात. एकमेकांच्या धार्मिक-सांस्कृतिक प्रथा-परंपरांविषयी पूर्णपणे आदर बाळगतात.

महाराष्ट्रात संयुक्त धार्मिक संस्कृती असलेली अनेक ऐतिहासिक स्थळे आहेत. महाराष्ट्रातील भक्ती परंपरा आणि सुफी परंपरा याची अतिशय मनोज्ञ सरमिसळ झालेली पाहायला मिळते. ७००-८०० वर्षं या सलोख्याच्या प्रथा-परंपरा टिकून राहिल्या आहेत. श्रीगोंद्याचे संत शेख महंमद, संत एकनाथांचे गुरू चाँद

बोधले तसेच अनेक सुफी पीर आणि फकीर महाराष्ट्राच्या सांस्कृतिक इतिहासाचे अविभाज्य मानबिंदू आहेत. याचा अर्थ, महाराष्ट्रातील सर्व समाज सांस्कृतिकदृष्ट्या एकजीव आहे. याचे समतोल भान अमृता यांच्या लिखाणात जाणवते. हे त्यांच्या लिखाणाचे सुखद वेगळेपण आहे.

दुसऱ्या बाजूला महाराष्ट्रातील फुले-आंबेडकर चळवळीनंतर जातिभेदांची तीव्रता काहीशी कमी झाली आहे. त्याचबरोबर बौद्ध संस्कृतीचे नव्या परिप्रेक्ष्यात पुनरुज्जीवन झाले आहे. वारी परंपरा, सुफी परंपरा आणि बौद्ध परंपरा यांचा संगम विविध क्षेत्रांत, विविध स्तरांवर झालेला दिसतो. या प्रक्रियेचे थेट प्रतिबिंब आपल्याला अमृता यांच्या लिखाणात प्रत्यक्ष-अप्रत्यक्षपणे दिसते.

अमृता या नव-मध्यमवर्गाच्या प्रतिनिधी आहेत, त्याचप्रमाणे भारतात जागतिकीकरणानंतर सुरू झालेल्या शहरीकरण आणि आधुनिकीकरणाच्या प्रक्रियेचाही त्या भाग आहेत. या सर्व प्रक्रियेमध्ये सांस्कृतिक संकर दर्शवणारे बदलसुद्धा घडत होते. जातीजातींमध्ये विद्वेष कमी होऊन एका पातळीवर हे समाज एकत्र येत होते. सामाजिक रूढी आणि बंधन काही प्रमाणात सैल होत होती. परस्पर स्वीकारार्हता वाढत गेली. ही प्रक्रिया आपल्याला नव-मध्यमवर्गात अधिक स्पष्टपणे पाहता येते.

स्वातंत्र्यानंतर पहिल्या काही पिढ्यांमध्ये शिक्षणाचे सार्वत्रिकीकरण झाले. भारताच्या संविधानातील मूल्यांच्या प्रभावामुळे आणि तरतुदींमुळे दडपलेल्या जात-समूहांना समाजात समान स्थान देण्यासाठी पोषक स्थिती तयार झाली. सर्वधर्मसमभाव आणि राष्ट्रीय एकात्मतेचा प्रभाव मूल्यात्मक पातळीवर काही प्रमाणात नक्कीच स्वीकारला गेला. परिणामी, माणसाला माणूस म्हणून पाहण्याचे, समजून घेण्याचे, दुसऱ्या माणसाच्या वेदना - अडचणी जाणून घेण्यासाठी मूलभूत उदार जाणीव पुढील पिढ्यांना मिळाली. दुसऱ्या धर्मातील विविध घटकांकडे निकोप कुतूहलाच्या भावनेतून आणि निखळ समजून घेण्यासाठी किमान मनोभूमिका तयार झाली. हा दृष्टिकोन आपल्याला अमृता यांच्या लिखाणात अतिशय पारदर्शकपणे पाहता येतो. त्यांच्या लिखाणातून असे जाणवते की, त्या अधुनिक समतावादी, लोकशाहीवादी, वैज्ञानिक दृष्टिकोन अंगीकारलेल्या पिढीच्या प्रवक्त्या आहेत!

अमृता यांचे कुटुंब अतिशय वैशिष्ट्यपूर्ण आहे. त्यांचे पती डॉ. गणेश खंडेराव हे इंग्रजी साहित्याचे पी.एचडी. आहेत. अत्यंत संवेदनशील व्यक्तिमत्त्व आहे; तर त्यांचा मुलगा बोधिसत्व हा प्रसिद्ध बालवैज्ञानिक आहे. अमृता अत्यंत सजग समाजशिक्षिका आहेत. यवतमाळ आणि आसपासच्या भागांतील विविध सामाजिक-सांस्कृतिक व्यवहारांत या कुटुंबाचा सक्रिय सहभाग आहे, याची प्रचिती त्यांच्या लिखाणातून ठिकठिकाणी येत राहते. आपला सजग मानवतावादी दृष्टिकोन त्या तितक्याच सहजपणे एक लेखक म्हणून वाचकांपर्यंत पोहोचतात, ही त्यांच्या लिखाणाची ताकद आहे.

या पुस्तकात त्यांनी आपल्या लहानपणची आठवण एक आठवण नोंदवली आहे. ती लक्षात घेण्यासारखी आहे. त्या म्हणतात, मला लहानपणी उर्दू शाळेतील स्वातंत्र्यदिनाचे ध्वजवंदन कसे असते, याविषयी प्रचंड उत्सुकता होती. आपल्या सामाजिक कार्यकर्ते असलेल्या वडिलांबरोबर त्या उर्दू शाळेतील ध्वजवंदन पाहायला जातात. आपल्या शाळेसारखेच त्यांचेही ध्वजवंदन असते, असे त्यांच्या लक्षात आले. उर्दू शाळा मुस्लिमांची असते, असा समज समाजात तेव्हाही प्रचलित होता. बिगर उर्दू भाषिक – विशेषतः हिंदू मुलांना – उर्दू शाळेबद्दल एक बालसुलभ कुतूहल असे. असे निखळ कुतूहल अमृता यांच्या मनातही त्या वयात असणार! ते कुतूहल कशा पद्धतीने शमले हा अनुभव त्या येथे नोंदवतात; परंतु तिथेच थांबत नाहीत. १५ ऑगस्ट २०२३ला त्यांच्या बालवैज्ञानिक मुलाला यवतमाळमधील अल्पसंख्य व्यवस्थापन असलेल्या शाळेत ध्वजवंदनाला पाहुणा म्हणून बोलावले होते. त्या वेळेस आलेला अनुभव अमृता या आपल्या बालपणातील अनुभवाशी जोडतात. त्यातून व्यापक सहिष्णुतेचा विचार सांगणारा उदारमतवादी दृष्टिकोन त्या समोर आणतात. अस्मितेच्या पलीकडे जाणारा माणूसपणाचा अनुभव आपल्या वाचकांना देतात. हे त्या इतक्या सहज, प्रवाही भाषेत सांगतात, की त्यामुळे वाचकही त्या अनुभवाशी स्वतःला जोडून घेतो.

अमृता यांच्या लिखाणाचे आणखी एक वैशिष्ट्य म्हणजे, आपल्याला आलेल्या प्रत्येक अनुभवाला त्या निडरपणे सामोरे जातात. प्रसंगी त्यात जोखीमही असू शकते. उदाहरणच द्यायचे तर, मांसाहारविषयक मैत्रिणींबरोबर झालेला त्यांचा संवाद बघा. कोणत्या वारी मांसाहार करावा किंवा करू नये, याविषयी

लोकांच्या विविध कल्पना असतात. बरोबरच्या मैत्रिणींमध्ये त्यांनी या विषयावर केलेल्या चर्चेसंबंधी हा लेख आहे. या लेखात त्या आपल्या वेगवेगळ्या जातीतील मैत्रिणींना सांगतात, 'आम्ही आठवड्याच्या कोणत्याही दिवशी मांसाहार करतो. आम्हांला कोणताही दिवस वर्ज्य नाही.' वास्तविक, असे स्पष्ट सांगितल्यामुळे त्यांच्याविषयी गैरसमज होण्याची शक्यता असते.

नास्तिक किंवा निधर्मी कुटुंबांविषयी एक प्रकारचा तिरस्कार नव-मध्यमवर्गात हल्ली तीव्र झाला आहे. पण अमृता आपल्या मैत्रिणींना असे म्हणतात की, 'सर्व प्रकारचे अन्न हे मानवाने आपल्या सर्जनशीलतेने निर्माण केलेले असते. जगात बहुसंख्य लोक मांसाहार करतात. ते त्यांचे अन्न असते, तेव्हा ते चांगलेच असते.' अमृता इथे स्पष्ट वैज्ञानिक आणि विवेकी भूमिका घेतात. त्या म्हणतात, 'एखाद्या वारी मांसाहार न करण्याचे कारण काय?' तर, असे सांगतात, की 'अमुक एक वार पवित्र आहे, म्हणून आम्ही त्या दिवशी मांसाहार टाळतो.' अमृता असा प्रतिप्रश्न उपस्थित करतात की, 'याचा अर्थ तुम्ही मांसाहार अपवित्र, कमी दर्जाचा ठरवता.'

'भारतीय संदर्भात विचार करता मांसाहार करणारे जातसमूह, हे जातीय उतरंडीत दुय्यम मानले गेलेले समूह आहेत. मांसाहार दुय्यम ठरवणे याचा अर्थ त्या जातसमूहांना दुय्यम ठरवणे असाच आहे, हे दुय्यमत्व अप्रत्यक्षपणे अधोरेखित करण्यासाठीच काही वार पवित्र आणि मांसाहारासाठी त्याज्य ठरवले जातात.' हे अत्यंत भेदक विश्लेषण आहे. अमृता ते सहज, सोप्या भाषेत आणि आत्मविश्वासपूर्वक मांडतात. पुरोगामी महाराष्ट्रातील स्वातंत्र्योत्तर वैज्ञानिक विचारपद्धत या पिढीने एका मर्यादेपर्यंत आत्मसात केली. त्या संवेदनशील, विवेकी पिढीच्या त्या स्त्री-प्रतिनिधी आहेत, याचा हा मला पुरावा वाटतो.

स्त्रियांचे हक्क, स्त्रियांचे समाजातील दुय्यम स्थान यांविषयी अनेक सुशिक्षित स्त्रिया बोलत-लिहीत असतात. त्यांना आपल्या समाजातील आणि कुटुंबातील दुय्यमत्वाची टोकदार जाणीव असते. पण अमृता यांना सुस्पष्ट स्त्रीहक्क जाणीव आहेच; पण त्याचबरोबर जातिभेद आणि धर्मभेद यांविषयी तितक्याच टोकदारपणे भूमिका त्या घेतात, हे त्यांच्या वैचारिक प्रगल्भतेचे लक्षण वाटते. म्हणूनच, सामजिक, धार्मिक सलोख्याच्या त्या अस्सल प्रतिनिधी ठरतात.

वैचारिक प्रगल्भता व्यवहारात येणार नसेल, तर त्या वैचारिक ताकदीचा काय

उपयोग? परंतु अमृता आपली वैचारिक जडणघडण आणि त्यातून तयार झालेल्या मूल्यांचा व्यवहारात अतिशय ठामपणे आणि जोरकसपणे वापर करतात. त्यांच्या सामाजिक कामात आपल्याला हे सहजपणे प्रतीत होते. महत्त्वाचे म्हणजे, त्यांच्या लिखाणातही ही संवेदनशीलता ठिकठिकाणी व्यक्त होत राहते.

जातीयता आणि धर्मांधता यांविषयी त्या बोलत राहतात, तितक्याच जोरकसपणे त्या स्त्रियांच्या व्यक्तिगत जीवनातील गुंतागुंतीच्या दुय्यम स्थानाविषयी वाचकाला जाणीव करून देतात. त्याच वेळी त्या शैक्षणिक क्षेत्रात निर्माण होत असलेल्या बाजारीकरणाविषयी कळकळीचे भाष्य करतात, सण आणि उत्सवांतील बीभत्सतेविषयी टीका करतात, वाचकांच्या सदसद्‌विचाराला प्रश्न विचारतात. पर्यावरणरक्षण, प्लास्टिक बंदी, वृक्षारोपण इत्यादी जागतिक तापमानवाढीशी संबंधित मुद्द्यांवर तर त्या आणि त्यांचे समग्र कुटुंबच कृतिशील आहे. या त्यांच्या समग्र जीवनशैलीमुळेच त्या नव-मध्यमवर्गाच्या अग्रदूत ठरतात.

लेखक लिहिता असणे पुरेसे नसते; तो समाजात किती सजगपणे कृतिशील आहे, हेसुद्धा तेवढेच महत्त्वाचे असते. लिहिता लेखक हा व्यापक पातळीवर कृतिशील असेल तरच तो लेखक म्हणून सतत उत्क्रांत होत राहतो. त्याच्या जीवनानुभवाचे अधिक सखोलपणे आणि तरलपणे आकलन करू शकतो. अमृता यांच्या लिखाणामधून ही सजगता जाणवते. म्हणूनच त्यांचे लिखाण वाचकाला समृद्ध करणारे आहे. त्यांच्या या लिखाणाचे स्वरूप 'सामजिक भाष्य' असे आहे. त्यामागे संवाद हा हेतू आहे. तो साध्य करण्यात त्या पूर्णपणे यशस्वी झाल्या आहेत. त्यांच्याजवळ दीर्घ लिखाणासाठी आवश्यक सामाजिक निरीक्षणशक्ती आणि संवेदनशीलता नक्कीच आहे. मुख्य म्हणजे, सर्व माणसांवर प्रेम करण्याचा दुर्मीळ असा गुण त्यांच्याजवळ आहे. त्यामुळेच ग्रामीण निमशहरी नव-मध्यमवर्गाविषयी त्यांच्याकडून आणखी दीर्घ आणि सखोल स्वरूपाच्या लिखाणाची नक्कीच अपेक्षा तयार होते.

अमृता खंडेराव यांना शुभेच्छा!

- प्रमोद मुजुमदार

अनुक्रमणिका

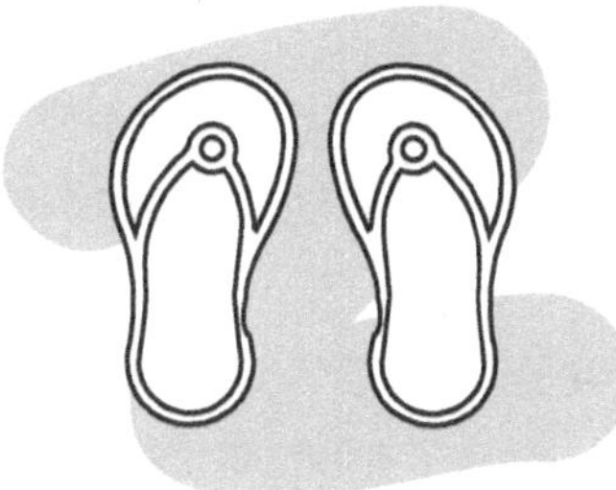

मेहबूब्याची चप्पल

मेहबूब नवी कोरी स्लिपर पायात घालून रोजच्यापेक्षा लवकर शाळेत आला होता. सगळ्या वर्गांतून सटाकफटाक चपला वाजवत फिरत होता. पोरं नवलाईनं त्याच्या पायाकडे बघत होते. जसजशी पोरं बघत तसतसा तो जास्तच फुशारून जात होता.

''का बे मेबुब्या, चपल्या तं लयच भारी दिसते बे... लाटरी लागली काय तुया अब्बाले?'' गण्यानं विचारलं.

''तू तुव्ह पाय ना बे तितुरधऱ्या... तू काय ले माया अब्बाच्या पंचायती करतं तं.''

प्रार्थना झाली. सगळी पोरं वर्गात येऊन बसली. हेडमास्तरचा दिन्या मध्येच कुठेतरी गायब झाला होता. पहिल्या तासाची घंटा वाजली. वर्गशिक्षक सुदामे गुरुजी वर्गात आले. मस्टर उघडलं. हजेरी सुरू झाली. मेहबूब रहमान शेखचं नाव आल्यावर मेहबूब उभा राहून जोरात 'यस्सर' असा बोलला तेव्हा गुरुजींनी दचकूनच त्याच्याकडे पाहिलं. आज मेहबूब्याचा नूर काही वेगळाच दिसत होता. पोरं जोरात हसले. मेहबूब्यापण जोरात हसला. हजेरी झाली, पण दिन्या काही वर्गात आला नव्हता. गुरुजींनी मस्टर बंद करून डस्टर हातात घेतलं. पुसलेलाच फळा परत एकदा पुसून काढू लागले.

इतक्यात वर्गाच्या दारात शाळेचा शिपाई येऊन उभा राहिला. ''मेहबूब शेखला सरांनी ऑफिसात बोलावलंय.''

गुरुजींनी एकदा शिपायाकडे पाह्यलं... एकदा मेहबूब्याकडे पाहिलं आणि

त्याला वर्गाबाहेर जायची खूण केली. मेहबूब्या शेवटच्या बाकावर बसला होता. सटाकफटाक स्लिपर वाजवत तो रुबाबात वर्गाच्या बाहेर गेला. गुरुजी त्याच्या पायांकडे आश्चर्यानं पाहत राह्यले!

मेहबूब हेडमास्तरच्या ऑफीसबाहेर उभा राहिला. आत दिन्या त्याच्या बापाजवळ उभा होता. 'आयला! वर्गात बसायचं सोडून हितं काय करतंय हे बेणं!'' मेहबूब्या मनात म्हणाला.

''आत यिवू का, सर!'' हे त्याने मोठ्या अदबीनं विचारलं. सरांनी यायची खूण केली. देवळात जाताना चपला बाहेर काढतात तशा चपला बाहेर ठेवून मेहबूब ऑफिसात शिरला. ''अरे, चपला बाहेर का काढल्यास?... जा पायात घालून ये!''

गुरूची आज्ञा मानून मेहबूब परत बाहेर गेला आणि चपला घालून आत आला. दिन्या रागारागानं त्याच्या पायांकडे पाहत होता.

''चपला नव्या घेतल्या काय, मेहबूब?''

''हौ, सर! नव्या घेतल्या.''

''कोनच्या दुकातून घेतल्या रे?''

''हे त्या संगमवाल्याकून घेतल्या, सर!''

''संगमवाल्याकडे अशा स्लिपर भेटतात काय रे?''

''हौ जी, सर!''

''केवढ्याला घेतल्या रे ब्वा?''

''काय की बा? माया अब्बानं आणल्या बा.''

''अब्बाला बोलून आनतो काय घरी जाऊन?''

''अब्बाले कायले बा?''

''हेच, चपल्या कितीला घेतल्या विचारायचं होतं मले.''

''सर, हे चौदा रुपायला घेतल्या हाव.''

''या चपल्या चौदा रुपय जोडी काय?''

''हौ, सर!''

''मेहबूब्या, माझं एक काम करतो काय?''

''हौ, सर! बोला ना कय काम करू?''

''त्या संगमवाल्याचं चपलाचं दुकान आता उघडलं असंल काय?''

''हौ, सर! उघडलं असंल, सर!''

''हे पन्नास रुपय घेऊन संगम्याकडे जा आणि असले तीन जोड घेऊन ये.''

खिशातून पन्नासाची नोट काढून मेहबूब्यासमोर धरत हेडमास्तर बोलले.

इतक्या वेळ चुरुचुरु बोलणारा मेहबूब्या बावचळला... अचानक विचारात पडला. त्याला मुकाच उभा पाहून हेडमास्तर म्हणले, ''काय झालं? जात नाहीस काय? ह्या दिन्याला संग घेऊन जा. त्याच्या पायाची एक जोडी घेऊन ये चौदा रुपयवाली.''

''हौ, सर! पन सर, संगमवाल्याचं दुकान अजून उघडलं नसंन, सर.''

''मग कधी उघडंल ते?''

''दुपारून उघडंल, सर!''

''हौ काय? पन हे चप्पल चौदा रुपय जोडीच ना, गड्या?''

''हौ... चौदा रुपय अशीन, सर.''

''बरं मग हे पन्नास रुपय ठेव तुज्यापशी. जाशील तवा तीन जोड घिऊन ये.''

''............................''

''काय झालं रे?... आणशीन नाई काय?''

''मले नै म्हाईत बा हे केवड्याची आशीन तं!''

''अबे, चौदा रुपायची सांगतलीस ना आत्ताच.''

''हौ... पन मले नई ज्यमनार बा, सर.''

''काल कोण वार होता बे, मेहबूब्या?''

''गुरवार होता जी सर!''

''तू गजानन महाराजच्या देवळात गेलता काय काल?''

''नाही बा... हौ बा सर!''

''कशाला?... आरती म्हनायला गेलता काय बा तू?''

''नै बा, मी तं परसाद खायले गेलो होतो.''

''परसाद खायला जातं, का चपल्या चोऱ्याला जातं बे तू?''

''काऊन?''

''काऊन काय काऊन, ह्या दिन्याच्या चपल्या तुज्या पायात कशा? काल

दिन्या ह्या चपल्या घालून देवळात गेलता. बाहेर येवून पाह्यतो तं चपल्या गायब! आनी आता सकाळी तुज्याच पायात दिसल्या.''

''हौ, असतीन बा दिन्याच्या. आता मलेच का माहीत तं कुनाच्या म्हनून. घ्या बा मंग तुमच्या वापस.''

पटकन पायातल्या स्लिपर काढून ठेवत मेहबूब्या प्रामाणिकपणे बोलला.

हेडमास्तरला हासू आवरंना!

''आरे मेहबूब, या चपला बेचाळीस रुपय जोड हाय रे बा! तू चौदा रुपय म्हनल्यावरच मले काय तं समजलं.''

''हौ ना! तं सर, घ्या ना बा तुमच्या चपला वापीस. मी कुटं काय म्हनून रायलो ब्वा!''

''दिन्या, घे तुझ्या चपल्या अन् तुझ्या पायातल्या मेहबूबला दे!''

इतका वेळ बापाचा आणि मेहबूबचा संवाद ऐकणारा दिन्या नुसताच चपलांकडे बघत राहिला.

''आपलं तसं काय नाई बा... आपन ज्या आशीन त्या घालतो.'' असं म्हणून मेहबूब्या जुन्या चपला पायात घालण्यासाठी पुढे सरकला. तो चपलेत पाय घालणार... इतक्यात दिन्यापण त्याच्या मागे-मागे गेला आणि म्हणाला, ''नको घालू जुन्या चपला. राहू दे या नव्या आता तुलाच. बाजारच्या दिवशी मी घीन दुसऱ्या....''

हे ऐकल्यावर आश्चर्यचकित झालेला मेहबूब चपला पायात घालून तिथंच उभा राहिला.

''आता कशाला इथं उभे राह्यलेत?... पळा वर्गावर!''

हेडमास्तरची आज्ञा ऐकून मेहबूब्या परत सटाकफटाक करत वर्गाकडे पळाला अन् त्याच्यामागून दिन्याही!!

•••

जात-पात-सलोखा-माणुसकी

मी सातवीत असतानाची गोष्ट. गणपतीचे दिवस सुरू होते. बाबांची खामगावला बदली होती. आम्ही चारही भावंडं खामगावच्या शाळेत शिकत होतो. गणपतीच्या दिवसांत, तालुक्यातल्या वेगवेगळ्या गावांत बाबांच्या ड्युट्या लागायच्या. त्या वर्षी अंबोड्याच्या पुढच्या एका खेडेगावात त्यांची ड्युटी लागली होती. शनिवारच्या दिवशी मी त्यांचा जेवणाचा डबा आणि कपडे खामगाववरून त्या गावापर्यंत नेऊन द्यायचो. त्या दिवशी दुपारची शाळा सुटली आणि मी घरी आलो. जेवण झाल्यावर बाबांचा डबा, टॉवेल आणि कपडे एका पिशवीत नीट बांधून घेतले. बसस्टँडवर जाई-जाईपर्यंत दीड वाजला. खामगावपासून अंबोडा फाट्यापर्यंतची गाडी मिळाली.

अंबोडा फाट्यावर पोहोचेस्तोवर अडीच वाजले. फाट्यापासून ड्युटीचे गाव सात-आठ किलोमीटर लांब होते. बराच वेळ झाला तरी फाट्यावर दुसरी कुठलीही गाडी येईना. फाट्यापासून पुढे खेड्यापर्यंत सगळा कच्चा रस्ता होता. बरेच लोक पायीपायी येताना-जाताना दिसत होते. शेवटी तीन वाजता मीसुद्धा त्या गावाच्या दिशेने चालत निघालो. साडेतीन-पावणेचार वाजले असावेत. आभाळात एकाएकी गच्च काळे ढग यायला सुरुवात झाली. फाटा सोडून पंधरा मिनिटं झाली असतील आणि एकदम जोराचा पाऊस सुरू झाला. पाऊस इतका जोरात पडत होता, की दहा मिनिटांतच पाय चिखलात फसायला लागले. 'पावसात झाडाखाली थांबायचं नाही...' असं बाबांनी सांगितलं होतं, त्यामुळे झाडाखाली उभा राहायची हिंमत

होईना. कपडे भिजल्यामुळे पाय उचलून नीट चालताही येईना. तसाच पाय रेटत दहा-पंधरा मिनिटं चालत राहिलो.

इतक्यात वाटेच्या बाजूनं कुणीतरी हाक मारत असल्याचा आवाज आला. वळून पाहिलं तर एका लहानशा झोपड्यातून एक बाई हात करून बोलावत होती. मी उभा होतो त्या रस्त्यापासून ते झोपडं ५० फूट अंतरावर असावं. दगडगोट्यांवर पाय ठेवत-ठेवत कसाबसा त्या झोपड्यापर्यंत जाऊन पोहोचलो.

''आजाओ अंदर... आजाओ जल्दी!'' ती बाई म्हणाली.

मी ओल्या पायानेच घरात शिरलो. झोपडं खूप लहान दिसत होतं. ओसरीत चूल पेटवलेली दिसत होती. बाजूलाच काटक्या आणि सरपण पडलं होतं. एका बाजूला दोन-तीन बकऱ्या बांधलेल्या होत्या. पन्नाशीतलं एक जोडपं त्या चुलीच्या उबेला धरून बसलं होतं. त्या दोघांच्या बोलण्यावरून ते दोघं मुसलमान आहेत हे माझ्या लक्षात आलं.

माझं वय अकरा-बारा वर्षांचं असेल. ती बाई दोरीवरचं कापड घेऊन माझं डोकं पुसू लागली. तिच्या हातातलं कापड घेऊन मी स्वतःच माझं डोकं जोराजोराने चोळून पुसलं. मी गच्च भिजलो होतो. थंडीनं कापत होतो. तिनं मला चुलीजवळ येऊन बसायला सांगितलं. चुलीजवळ जाऊन मी हात शेकू लागलो. त्या दोघांना माझी खूप दया आलेली दिसत होती. त्यांनी माझी चौकशी सुरू केली...

''नाम क्या है तेरा?''

''गणेश रामदास खंडेराव.''

''कहाँ रहते हो?''

''खामगाव मे.''

''हौ क्या, इतनी बारिश में इधर कहाँ पे जा रहे हो?

''उधर के गाँव में बाबा ड्युटी पर है. उनका डब्बा और कपडे देने के लिए जा रहा हूँ.''

''तुम्हारी जात कौन सी है?''

''बौद्ध...''

अशा बऱ्याच चौकशा केल्यानंतर मी पोलिसाचा पोरगा आहे हे त्यांच्या लक्षात आलं. त्या मावशीच्या नवऱ्यानं मला, ''चाय पेतो काय?'' असं विचारलं.

''बकरी के दूध की चाय पियेगा क्या?'' मावशी म्हणाली.

मी नाही म्हणालो.

''पी ले... ठंडी कम हो जायेगी... अच्छा लगेगा.'' मावशी म्हणाली.

मग चाचानं तिला कोरा चहा ठेवायला सांगितलं. मावशीनं कोरा चहा बनवला आणि आम्ही तिघं जण कोरा चहा प्यालो. खूप बरं वाटलं. पाऊस थांबायचं नाव घेत नव्हता. शेवटी चार-सव्वाचारला पाऊस कमी झाला.

''इसको गाव तक छोडके आओ.'' मावशी चाचाला म्हणाली.

मी 'नको नको' म्हणत असताना चाचा मला सोडवायला माझ्यासोबत निघाला. अर्ध्या रस्त्यावर गेल्यानंतर मी त्यांना माघारी जायला सांगितलं; पण तो ऐकत नव्हता. शेवटी मला बाबांच्या मुक्कामाच्या ठिकाणी सोडूनच त्याने दम खाल्ला. त्याने बाबांजवळ माझं खूप कौतुक केलं. 'बच्चा बहुत धीट है.' असं म्हणाला. थोडा वेळ बाबांशी इकडचंतिकडचं बोलून मग तो त्याच्या घरी निघून गेला.

त्यानंतर अंबोडा फाट्याकडून पुढे जाताना माझं नेहमीच त्या घराकडे लक्ष जायचं.

बाबांच्या वेगवेगळ्या ठिकाणी लागणाऱ्या ड्युट्यांमुळे लोकांचे असे अनेक अनुभव येत गेले. सगळ्या जातीपातीच्या लोकांबरोबर राहायची-खायप्यायची सवय झाली. नवीन माणसाची चौकशी करताना त्याची जातपात विचारायची खेड्यातल्या लोकांना सवय असते. पण त्यामुळे त्यांच्या त्या माणसाशी वागण्या-बोलण्यात काही फरक पडत नाही. कुणाच्याही अडचणीच्या - गरजेच्या वेळेला, आपल्या ऐपतीप्रमाणे मदत करायला खेड्यातला माणूस कधीच मागे हटत नाही.

•••

मश्शिद में बच्चा

माझं वय आठ वर्षांचं. आम्ही साखरखेर्ड्याला राहत होतो. वडील जमादार... दिवसभर पोलीस स्टेशनला. आम्ही तेव्हा पोलीस क्वार्टरमध्ये राहायचो.

सकाळी शाळेत जायचं, शाळा सुटल्यावर घरी येऊन जेवण करायचं आणि मग उरलेल्या वेळात मित्रांशी खेळत बसायचं, हा तमाम पोरांचा दिनक्रम होता. शाळेत पायी जायचं अन् पायी यायचं. पाठीला दप्तर. तिच्यात जास्त ओझं नसायचं.

शाळेला जाताना वाटेत एक मशीद लागायची. मशिदीला मोठं दगडी कंपाउंड होतं. कंपाउंडला लागून मोठाली झाडं होती. एक चिंचेचं झाड भिंतीवरून अर्धं बाहेर झुकलं होतं. पोरं त्या फांद्यांवर चढून चिंचा तोडायची. लहानी मुलं खाली पडलेल्या वेचायची. मशिदीभोवती बरेचदा दाढीवाली - गोल टोपीवाली मंडळी दिसायची. तिथं आत काय असंल... खूप उत्सुकता वाटायची! वडिलांसोबत त्या रस्त्यानं जाता-येता मी आत जायचा आग्रह करायचो. पण वडील सांगायचे, ''तिथं फक्त मुसलमान जात असतात. आपले लोक तिथं जात नसतेत.''

''पण आत काय असतं?''

''मुसलमानाचा देव असतो तिथं. त्याला ते लोकं अल्ला म्हणतेत.''

''तुम्ही पाह्यलाय का अल्ला?''

''नाही ब्वा.''

दर वेळेस हेच उत्तर मिळायचं. हिंदू-मुसलमानातला भेद कळायचं ते वय नव्हतं; पण आत काय असंल ते बघायची भयंकर उत्सुकता वाटायची. देव तर

खूप पाहिले होते... मारुती, गणपती, देवी, महादेवाची पिंडं; पण अल्ला कुठेच पाहिला नव्हता.

एके दिवशी ती संधी चालून आली. शाळेला जायला उशीर झाला होता. आता जर का गेलो, तर दराडे मास्तर हातावर छड्या मारून फुकट जीव घील... त्याच्यापेक्षा शाळा सुटूस्तवर इकडंतिकडं फिरून वेळ काढायचं ठरवलं. पहिल्यांदा शंकऱ्याच्या घरी जाऊन तिथल्या कोंबडीच्या पिल्ल्यांशी खेळून घेतलं. मग मारुतीच्या खांद्यावर बसून टाइमपास केला. शाळेच्याच वाटेवर हे मारुतीचं देऊळ होतं. मारुतीराया बाहुबलीसारखा दणकट होता. त्या दगडी मूर्तीच्या खांद्यावर चढून त्याच्या हातातली गदा पकडून खेळणं हा ल्हान पोरांच्या आवडीचा खेळ. हे देऊळ आडवाटेवर असल्यामुळे शनिवार सोडून इकडं जास्त कुणी फिरकायचं नाही.

असं काय-काय करत मी मशिदीपर्यंत पोहोचलो. लोखंडी गेटला कुलूप लावलेलं होतं. तिथं कुणीच दिसत नव्हतं. मग गेटजवळ उभा राहून आत काय दिसतंय का, ते बघण्याचा प्रयत्न केला. पण गवत सोडून काहीच दिसत नव्हतं. मग तो नाद सोडून भिंतीभवतीनं फिरत बसलो.

फिरता-फिरता चिंचेच्या झाडाजवळ गेलो. फांद्या इतक्या खाली वाकल्या होत्या, की फांद्यांवरची पानं हाताला लागत होती. त्या फांदीला लोंबकळलो. मग फांदीवर सहज चढता येतंय हे लक्षात आल्यावर पाठीची पिशवी गळ्यात लटकवून फांदीवर चढलो. फांदी इतकी जाड आणि आडवी होती, की तिच्यावरून पडायची अजिबात भीती वाटत नव्हती. बाजूच्या फांद्या हातांनी धरत बराच वर चढलो. पुढे पाह्यलं तर डायरेक्ट भिंतीवर पाय पुरत होता. एका ढांगेत भिंतीवर चढलो. परत आतली फांदी धरून हळूच खाली उतरलो.

आत कुणीच नव्हतं. मग मोकळ्या मनानं मशिदीत फिरायला लागलो. पायऱ्या चढून वर गेलो. भिंतीच्या मध्यभागी पाढंऱ्या रंगाची एक कमान होती, दोन्ही बाजूला दोन दगडी कमानी होत्या. अल्ला कुठेच दिसत नव्हता. नारळ-खोबरं-हळद-कुंकू काहीच नव्हतं. एवढ्या मोठ्या मशिदीत अल्ला कुठे लपवून ठेवलाय ते कळंना! परत खाली उतरलो. सगळीकडे गवत, झाडं होते... दोन्ही बाजूला ओटे होते... पडवी होती... पाण्याचा हौद होता... लोटे होते... मेंदीची झाडं, लिंबोणीची-

गुलाबाची झाडं अशी खूप झाडं होती. दगडाचा चौथरा होता. अल्लाचा विचार करत मी चौथऱ्यावर बसलो. खूप छान थंड वाटत होतं. किती वेळ गेला कळत नव्हतं. अल्ला दिसला असता तर भारी झालं असतं... शाळेतल्या पोरांना फुशारकी सांगता आली असती... असा विचार करत असताना कुणाच्यातरी बोलण्याचा आवाज आला. कुणीतरी मशिदीच्या गेटजवळ आलं होतं.

पोटात भीतीचा गोळा उठला. 'मशिदीकडे जाऊ नको... नाही तं मुसलमान मारतेत,' असं कुणीतरी सांगितल्याचं आठवलं. पळायला जागा नव्हती. परत झाडावर चढायला वेळ नव्हता. मी त्यांना दिसलोच असतो. मग दगडी भिंतीच्या आड उभा राहून मी चोरून बाहेर पाहायला लागलो. गेटचं कुलूप उघडल्याचा आवाज झाला. दोन माणसं मधल्या बोळातून आत यायला लागले. क्षणाचाही विलंब न लावता मी दप्तर गच्च पकडून गेटकडे पळालो. ते दोघं समोरून येत होते. कोंडलेलं मांजर सुसाट सुटावं तसा त्यांच्या जवळून धूमचकाट पळत बाहेर पडलो. बंद मशिदीच्या आतून असं कुणी पळत बाहेर येईल अशी कल्पनाही नसल्यामुळे ते दोघंही एकदम दचकले. माझं पळत येणं इतकं अनपेक्षित होतं, की मला धरायचंसुद्धा त्यांना सुचलं नाही. त्यातला एक जण मोठ्यानं ओरडला... 'या अल्ला, मश्शिद में बच्चा...'

पुढचं ऐकायला मी तिथं थांबलोच नाही. जीव खाऊन घराकडे पळत सुटलो. कानांत दोनच शब्द घुमत होते, 'मश्शिद में बच्चा... मश्शिद में बच्चा...'

दुसऱ्या दिवशी मशिदीवरून जाताना तिकडं बघायचीही भीती वाटत होती. कुणी ओळखलं तं काय घ्या!

''त्या माणसांच्या हातात सापडला असतास तर त्यांनी तुला कापलाच आसता.'' शाळेत गेल्यावर शंकऱ्या म्हणला.

पण त्या लोकांनी मला कापण्यापेक्षा वडिलांना हे कळलं असतं, तर त्यांनी मला कसा झोडपला असता, याचीच मला जास्त भीती वाटली होती!

•••

आमची उत्तर-दिवाळी

आमच्या घरापासून निळोणा तलावाकडे जाताना रस्त्याच्या उजव्या बाजूला टेकडीवर एक छोटेसे मुस्लीम देवस्थान लागते. हे देवस्थान फारसे गजबजलेले नाही. अधूनमधून तिथे मुस्लीम लोकांची ये-जा दिसत राहते. तो एखादा दर्गा असावा असा अंदाज होता. एक वेळेस वर जाऊन तिथे काय आहे हे पाहण्याची बरेच दिवसांपासून उत्सुकता होती.

यंदा पावसाळा लांबल्यामुळे निळोणा तलावाचा धबधबा बरेच दिवस सुरू राहिला. पिकनिकसाठी ते खूप छान ठिकाण आहे. एवढ्यातच आम्ही तिथे पिकनिकला गेलो. सुट्टी असल्यामुळे परतायची घाई नव्हती, म्हणून टेकडीवर जाऊन ते देवस्थान बघण्याची इच्छा झाली. आम्ही वर गेलो तेव्हा तिथे तीन-चार माणसे होती. त्यांना बिगर-मुस्लीम लोक तिथे येण्याची फारशी सवय नसावी. तरीही, त्यांनी अतिशय आपुलकीने आमचे स्वागत केले. तिघेही छान मराठीत बोलत होते. त्यातले एक गृहस्थ अतिशय मनमिळाऊ आणि बोलक्या स्वभावाचे होते. त्यांनी पाऊसपाण्यापासून ते दिल्लीतल्या राजकारणापर्यंत मस्त गप्पा मारल्या. काही गमती सांगून आम्हांला खूप हसवले. ते पूर्ण वेळ आमच्यासोबत टेकडीवर फिरले.

कुठल्याही देवस्थानात रिकाम्या हातानं जाऊ नये या संस्कारामुळे आम्ही तिथे स्वेच्छादान करण्याची इच्छा व्यक्त केली असता, त्यांनी दर्ग्यापुढे इच्छा असेल ते ठेवण्यास सांगितले.

खरेतर सर्वशक्तिमान परमेश्वराला मनुष्य काय दान देणार! परंतु आपली भावना व्यक्त करण्यासाठी परंपरेने पैसे ठेवण्याची प्रथा आहे, त्याला आपण तरी काय करणार?

योगायोगाने उत्तर-दिवाळी गैरहिंदू दादांसोबत साजरी करण्याची संधी मिळाली. त्यांच्या मनमिळाऊ स्वभावामुळे त्या शांत, निसर्गरम्य ठिकाणी पुनःपुन्हा येण्याची इच्छा मनात निर्माण झाली. आपल्या घराजवळ अशी छोटी-छोटी मुस्लीम देवस्थाने असतील तर तिथे जाऊन आपला सलोखा अधिक घट्ट करता येऊ शकतो.

आणखी एक : सर्वधर्मीय देवस्थानातील पुजाऱ्यांनी मनमिळाऊपणे आणि सलोख्याने सर्वधर्मीय भक्तांचे स्वागत करायचे असे ठरवले तर समाजातील जिव्हाळा आणि सलोखा वाढायला नक्कीच मदत होईल, असे वाटते.

अशा लहानशा कृतीतून दृढ होणारा जिव्हाळा धर्मग्रंथांचे वाचन किंवा कर्मकांडे करून कधीच साध्य होऊ शकत नाही.

•••

मसालेदार भेट

विद्यार्थी आणि शिक्षकाचे नाते खूप मौल्यवान आणि निर्मळ आहे. आपले जुने शिक्षक भेटले की विद्यार्थ्यांना खूप आनंद होतो. शालेय जीवनात आणि नंतरही मुले शिक्षकांना अनेक प्रकारच्या भेटी देतात. त्यात नवीन काही नाही. एकदा माझ्या नवऱ्याच्या कॉलेजमधल्या विद्यार्थ्यांनी त्यांना ब्ल्यूटूथ भेट दिले. ते कसे वापरायचे हेसुद्धा शिकवले.

माझी आई जिल्हा परिषदेत प्राथमिक शिक्षिका होती. तिच्या बदल्या खेड्यावर व्हायच्या. तिचे अनेक विद्यार्थी तिला कैऱ्या, भोपळा, हुरडा, शेंगा किंवा तत्सम त्यांच्या शेतातली उत्पादनं भेट म्हणून द्यायचे.

आमचे लग्न झाले तेव्हा आम्ही सुरुवातीला बुलढाण्यात राहत होतो. बुलढाण्याचा आठवडी बाजार खूप मोठा भरतो. मला बाजार करायला आणि बाजारात नुसते फिरायलासुद्धा खूप आवडते. बाजारातले विविध प्रकारचे आवाज आणि गंध मला खूप प्रिय आहेत. अनेक रविवारी आम्ही दोघे बाजार करायला जात असू.

अशाच एका रविवारी बाजारात खरेदी करत असताना, मागून 'सर-सर'अशा हाका मारत एक मुलगा धावत-धावत आला. तो बराच वेळेपासून आवाज देत होता; परंतु गर्दीमुळे आम्हांला ऐकू आले नव्हते. मागे वळून पाहिले तर एक घामाघूम झालेला तरुण ह्यांच्या मागे उभा होता. ह्यांनी त्याला लगेच ओळखले आणि आनंदाने त्याची विचारपूस करू लागले. तो त्यांचा बी.एड.चा विद्यार्थी,

राजिक होता.

थोडा वेळ बोलणे झाल्यानंतर तो आम्हांला त्याच्या दुकानावर येण्याचा आग्रह करू लागला. मग त्याच्यासोबत गर्दीतून वाट काढत आम्ही त्यांच्या दुकानापर्यंत गेलो. पांढऱ्या कापडाच्या छोट्याशा तंबूत एक लाल दाढीवाला मनुष्य सामान विकत बसला होता. ते त्याचे वडील होते. त्यांनी आमची ओळख करून दिली. त्यांनीसुद्धा प्रेमाने आमची विचारपूस केली. ''मेरा बेटा हमेशा आपके बारे मे बोलता रहता है...'' असे ते कौतुकाने आम्हांला सांगू लागले.

''राजिक को भी आपके जैसा टीचर बनना है लेकिन आजकल जाब कहा मिलते है... अपना बापजादे से मसाले का धंदा है वो कैसे छोड सकते है... मैने बोला जाब मिले तक अपना मसाले का काम चलने दे. बराबर है की नहीं, सर?''

''अरे, एकदम सही बात की चाचा जी. बेकार बैठने से तो कोई भी काम करना बहुत अच्छा है.''

आपल्या विद्यार्थ्याला बेरोजगार पाहण्यापेक्षा कुठलेतरी काम करताना पाहणे हे एका शिक्षकासाठी केव्हाही जास्त आनंदाचे असते.

मग मी त्यांच्या दुकानाकडे नीट पाहिले. हळद पावडर, लाल तिखट, मसाला आणि मसाल्याचे वेगवेगळे पदार्थ लहानमोठ्या कापडी पिशव्यांमध्ये उघडून ठेवलेले दिसत होते. दालचिनी, जायपत्री, धना पावडर, जिरे पावडर यांचा संमिश्र वास दरवळत होता.

वरून रटरटते ऊन... सर्वत्र माणसांची गर्दी... अंग घामाने चिंब झाले होते. त्या विद्यार्थ्याच्या चेहऱ्यावरूनसुद्धा घामाचे ओघळ वाहत होते. बोलता-बोलता तो मुलगा कागदाच्या पुड्यांमध्ये वेगवेगळे सामान बांधू लागला. मग त्या सगळ्या पुड्या एकत्र बांधून मोठ्या प्रेमाने त्याने ती भेट सरांच्या हातात ठेवली. ह्यांनी खिशातून पैसे काढले आणि त्याच्या वडिलांकडे देऊ लागले. पण त्या दोघांनीही पैसे घेण्याचे नाकारले.

''सर, आपल्या दुकानाचा माल एकदा वापरून तर बघा. मॅडम, एक वेळा भाजीत टाकून बघा.''

सात बाय सातच्या कनातीत उन्हातान्हात दिवसभर मसाले विकून त्यांना किती पैसे मिळत असतील?... दोन-तीन हजारांचे सामान विकले तरी त्यातून त्यांच्या

पदरात निव्वळ नफा किती पडत असेल?... याचा मी मनातल्या मनात गणिती हिशेब करू लागले.

"नहीं मत बोलो, सर! राजिक बहुत चाहता है आपको." त्याच्या वडिलांच्या एकाच वाक्याने मला गणिताकडून हृदयाकडे वळवले. जीवनातले काही हिशेब हे गणिताच्या पलीकडचे असतात. पैशात कुठे मोजता येतात? त्याला पैसे न द्यावे तरी अपराधी वाटत होते आणि त्याने प्रेमाने दिलेली वस्तू पैशात मोजणे त्याहून अधिक अपराधी वाटत होते. ती दोघे पैसे घेणार नाहीत हे स्पष्ट दिसत होते. जबरदस्तीने पैसे देऊन त्यांच्या भावना दुखावणे आम्हांला शक्य नव्हते. मग मोठ्या प्रेमाने ती भेट स्वीकारून आम्ही त्यांचा निरोप घेतला. त्यांनी पुनःपुन्हा दुकानात येण्याची गळ घातली.

घरी आल्यानंतर त्या सर्व पुड्या मोठ्या प्रेमाने आणि काळजीपूर्वक सोडवून मी डब्यांत भरून ठेवल्या. हाताला मसाल्याचा सुगंध लागला होता. ते सर्व मसाल्यांचे पदार्थ मी स्वयंपाकात वापरले. मी मसाल्यावर इतके प्रेम करू शकेन हे मला माहीतच नव्हते; ते या निमित्ताने समजले. मसाल्याच्या पदार्थांसाठी भारत तर अनेक शतकांपासून प्रसिद्ध आहे; पण अशी मसाल्याची प्रेमळ भेट देणाऱ्या राजिकला आम्ही कधीच विसरू शकणार नाही.

•••

मुन्नी देवी हो गई

माझ्या लहानपणी मी माझ्या आई आणि आजीबरोबर अनेक तीर्थयात्रा केल्या. त्या दोघी खूप भाविक आणि श्रद्धाळू होत्या. कुठल्यातरी देवाला नवस बोलायच्या आणि मग नवस फेडण्याच्या निमित्ताने त्या-त्या तीर्थक्षेत्री जायच्या.

हे नवस गावातल्या देवांनासुद्धा बोलले जायचे. अगदी नारळ फोडणे, सवाष्ण जेवू घालणे, लहान मुलाला दुधाचे दान, देवीला साडीचोळी नेसवणे, अकरा लाडूंचा नैवेद्य, दहीभाताची मूद, २१ मोदकांचा प्रसाद, दूधसाखरेची वाटी... हे असले नवस माझ्या आईने आयुष्यभर इमानेइतबारे केले आणि प्राणपणाने पारही पाडले.

यात खडीसाखर-फुटाण्यांपासून ते नारळाच्या तुकड्यांपर्यंत विविध प्रसाद आम्हांला खायला मिळायचे. माझी आई गावातल्या गरीब बायकांना जेवायला बोलावून नवस फेडायची. त्यांच्या मुलांना बोललेल्या नवसाबरहुकूम ताजे अन्नपदार्थ द्यायची. ती मुलं आनंदाने खायची. बायका जेवून तृप्त व्हायच्या.

यात कधी स्वत:च्या जातीतल्या, तर अनेक वेळा सर्व जातीतल्या बायका-मुलांचा समावेश असायचा. यात धर्माचा कुठलाही अट्टाहास नव्हता.

एकदा नवरात्र सुरू होते. आईला त्या दिवशी शाळेतून यायला उशीर झाला. तिला कुमारी पुजायची होती. तेवढ्यात आमच्या घरासमोर राहत असलेली कम्मो माझ्याशी खेळायला आली. आई म्हणाली, ''ए कम्मे, इकडं ये आधी लवकर! माझी पूजा होऊ दे, मग बसा खेळत.''

आईने कम्मीचे पाय स्वत:च्या हाताने साबण चोळून स्वच्छ धुतले. चांगल्या

कापडाने पुसले. हळद-कुंकू वाहून पाद्यपूजा केली. कम्मी मुसलमान होती म्हणून तिच्या कपाळाला कुंकू लावले नाही; परंतु बाकी सर्व पूजा करून प्रसादाचे ताट वाढून तिला पोटभर खीर-पुरीचे जेवण जेवू घातले. बरी अवचित कुमारिका घरी आली, म्हणून आई खूश झाली.

घरी गेल्यानंतर मुन्नीने घडलेला सगळा प्रसंग तिच्या आईला सांगितला. तिच्या आईलासुद्धा खूप आनंद झाला. ती ही गोष्ट सगळ्या लोकांना सांगत सुटली. ''बाईने मुन्नी की पूजा करी. हमारी मुन्नी तो देवी हो गई!!''

माझी आई धार्मिक फार. सगळे देवधर्म, उपासतापास मनापासून करायची; परंतु जातिबंधनांबद्दल ती फार जागरूक आणि ठाम होती. आयुष्यभर तिने देवी-देवतांचे सर्व सोपस्कार केले; पण जात कधीही आडवी येऊ दिली नाही.

माझी आई ज्या काळी प्राथमिक शिक्षिका म्हणून काम करायची, त्या काळी जिल्हा परिषदेच्या शाळा विद्यार्थ्यांनी ओसंडून वाहत होत्या. तिच्या खेडोपाडी बदल्या व्हायच्या. लोहार, मराठा, कुणबी, माळी, सुतार, चांभार, तेली, कोष्टी, महार, जैन, मारवाडी, ब्राह्मण, गुजराती, घिसाडी, ढोर... अठरापगड जातींची लेकरं तिच्या वर्गात बसायची. त्यांना शिकवताना तिने हुशारी मोजली. पोरांची जात कधी पाहिली नाही. तिला तिच्या शिक्षकधर्माची फार चाड होती. तिच्यासोबत काम करणाऱ्या बहुतेक सर्व शिक्षिका अशाच होत्या. ज्या लेकरांच्या जिवावर आपण पोट भरतो, पैसा कमावतो, संसार चालवतो त्या लेकरांमध्ये जातीपातीवरून भेदभाव करणे तिला मान्य नव्हते.

कुठल्याही जातिधर्माचा बाऊ न करता स्वधर्माचे निष्ठापूर्वक पालन करता येते, याचे उत्तम उदाहरण तिने मला कुठलाही उपदेश न करता, तिच्या कृतीतून घालून दिले.

•••

बोंबील

मी तिसरी-चौथीत होते. घरात आईचे कायम पूजापाठ चालायचे. आमच्या वर्गशिक्षिकेची मुलगी मुन्नी रोज आमच्या घरी खेळायला यायची. आम्ही आरसा उन्हात चमकवून एकमेकींचे फोटो काढायचो. म्हणजे, तोंडावर उन्हाचा फोकस पाडायचा आणि मग फोटो कसा आला ते आरशात पाहायचं.

आरती झाल्यानंतर प्रसाद मिळतो हे मुन्नीला सवयीने माहीत झाले होते. आमच्या घरी कसलीतरी पूजा होती. मुन्नी अंगणात दिसल्याबरोबर मी कोनाड्यातले गजगे काढले. चौफुल्या, गजगे, लंगडी, ठिपरीपाणी असले बिनखर्ची खेळ आम्ही कुणीतरी हाका मारेपर्यंत खेळायचो. मुन्नी आली. आम्ही ओसरीच्या कोपऱ्यात बसलो. दोघींनी अर्धी मांडी घालून पोझिशन घेतली. पहिला डाव माझा म्हणून मी गजगे पसरायला पुढे सरकले आणि मुन्नीच्या तोंडातून अचानक कसलातरी बेक्कार वास दरवळला. एक्कं... दोन्नं... तिन्नं कसेतरी तीन गजगे झेलले. ''वो लद्दडच्या घरी आज कायतरी हाये बाई...'' मुन्नीने बोलायसाठी तोंड उघडले आणि परत एकदा तो उग्र भपकारा आला. मी 'व्या व्या व्या' करत तिथून उठून पळाले. स्वयंपाकघरात जाऊन 'मुन्नीच्या तोंडाचा फार घाण वास येतोय' म्हणून हळूच आईला सांगितलं.

आई बाहेर आली. लांबूनच मुन्नीला 'काय खाल्लं? काय खाल्लं?' विचारू लागली. मुन्नी लाजिरवाणी झाली. ती काहीच न सांगता गजगे तिथेच टाकून घरी निघून गेली. माझी काहीही चूक नसताना आईने माझ्या पाठीत रपकन धपाटा घातला. मला खूप राग आला. आता मुन्नी आली... मी तिला बोलावलं नव्हतं.

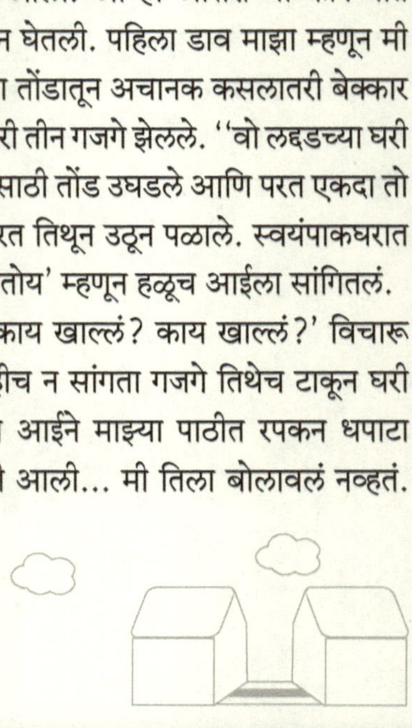

आम्ही गजगे खेळताना वास आला... मी लगेच आईला सांगितलं. यात मी काय केलं होतं? माझा पुरता विरस झाला. मला मुन्नीने हात लावलेल्या गजग्याला हातही लावावा वाटेना. मला मुन्नीचाच राग येऊ लागला. खेळू तरी कुणाशी? दारात येऊन पाहिलं तर मुन्नी कधीच पसार झाली होती. मीही डाव मोडला. पूजा झाल्यावर जेवण मिळालं. आई बायकांना हळदी-कुंकवाला सांगायला निघून गेली. घरात एकटं बसून कंटाळा आला. मुन्नीकडे जायची हिंमत होत नव्हती. मी आईला तिच्या तोंडाच्या वासाचं सांगितलं नसतं तर बरं झालं असतं, असं वाटू लागलं.

दुसऱ्या दिवशी शाळेत गेल्यावर आईने मुन्नीच्या आईला काल काय केलं होतं ते विचारलंच. त्यांनी बोंबील भाजल्याचं सांगितलं. आई त्यांना म्हणाली, ''अहो, काल मुन्नी बोंबील खाऊन आमच्याकडे आली होती. आमच्या घरी नेमकी अमुकतमुक पूजा होती.''

हे ऐकल्याबरोबर पुढचं-मागचं काहीच न ऐकता मुन्नीच्या आईने मुन्नीला वर्गातच धोपटलं. ''कायको गयी थी बाई के घर, पूजा थी ना कल उनके यहा. पागलच है ये लडकी.''

आई मध्ये पडली. ''अहो, मारू नका तिला. तिला काय माहीत होतं का? मी शिवू दिलं नाही तिला कुठे.''

''तेवढं तरी बरं झालं.'' म्हणून मुन्नीची आई तिथून निघून गेली. मुन्नी मुसमुसत होती. माझ्याकडे रागाने बघत होती. मधल्या सुट्टीतही ती माझ्याशी बोलली नाही.

दुसऱ्या दिवशी शुक्रवार होता. दर शुक्रवारी संध्याकाळी आई गूळ-फुटाणे आणायची. घरातल्या आणि शेजारच्या मुलांना प्रसाद द्यायची. संध्याकाळी अंगणातून मुन्नीने मला हाक मारली. मी धावतच बाहेर गेले. जणू काही झालेच नाही अशा आविर्भावात आम्ही दोघी नेहमीच्या जागी जाऊन गजग्याचा डाव मांडून बसलो. आज मी मोठ्या उदार मनाने मुन्नीला पहिला डाव दिला. आई आली. तिने नेहमीप्रमाणे आमच्या हातावर गूळ-फुटाणे ठेवले. मुन्नीचा डाव सुरू असल्यामुळे तिचे फुटाणे खिशात ठेवून ती खेळू लागली. मग माझा डाव सुरू झाल्यावर तिने तिने खाणं सुरू केलं. खेळून झाल्यावर ती घरी जायला निघाली. मी तिला मारुतीच्या देवळापर्यंत सोडवायला गेले. आम्ही दोघी एकमेकींना सोडवायला जायचं निमित्त

करून गप्पा मारत फिरायचो. ती खरंच जायला निघाली तेव्हा मी तिला विचारलं, ''त्या दिवशी तू काय खाल्लं होतं?''

ती म्हणाली, ''बोंबील भाजून खाल्ले होते.''

मी विचारलं, ''मला दाखवशील का बोंबील?''

ती म्हणाली, ''तुझी आई मारंल ए तुला.''

मी म्हटलं, ''मी तिला सांगणार नाही.''

ती म्हणाली, ''वचन दे मग मला तू.''

मी लगेच वचन द्यायला हात पुढे केला. ती म्हटली, ''पक्कं वचन दे!'' मग मी दोन्ही हातांनी पक्कं वचन दिलं.

रविवारी दुपारी तिच्या घरी बोंबील पाहण्याचा कार्यक्रम ठरला. तोपर्यंत या वचनबद्धतेबद्दल मी या कानाचं त्या कानाला कळू दिलं नाही. ज्याचा असला वास येतो ती काय वस्तू असते, आणि इतका वास येतो तरी ती खातात कशाला, हे मला बघायचं होतं.

रविवारी जेवण झाल्यानंतर उर्दू शाळेला वळसा घालून मी मुन्नीच्या घरी गेले. तिची आई बाहेर कोपऱ्यात धुणं धूत होती. आम्ही दोघी आत गेलो. मुन्नीने पुन:पुन्हा वचनाची आठवण देत एका पिशवीत हात घातला. मला लांबूनच बघायची अट घातली. अखेर तिने जादूगाराने पोतडीतून कबूतर काढावं तसं करून पिशवीतून एक वाळकी काटकी बाहेर काढली. वास भयंकरच येत होता; पण तिला त्याचं काहीच वाटत नव्हतं. एखाद्या झुडपाच्या वाळक्या काटकीसारखं ते बोंबील ती मला वरखाली नाचवून दाखवत होती. ''हात लावून बघ... काई नाई होत.'' ती म्हणाली. माझी हिंमतच होत नव्हती. हाताला वास लागायची भीती वाटत होती. बाहेर कुणाचीतरी चाहूल लागल्यावर तिने बोंबील पटकन पिशवीत खुपसलं आणि आम्ही चोरट्यासारख्या इकडेतिकडे बघू लागलो. तिने हळूच पिशवी खुंटीला टांगून ठेवली. मग आम्ही तिच्या घराच्या पडवीत जाऊन बसलो.

'हे असलं कुठल्या झाडाचं काटूक असावं, की ज्याचा इतका वास येतो...' मी विचार करू लागले. मग थोड्या वेळाने जणू काहीच घडलं नाही अशा रीतीने आम्ही दोघी गजग्याचा डाव मांडून बसलो.

•••

भारतीय हिंदू-मुस्लिमांचा अजब सलोखा

एकदा आम्ही एका स्नेह्यांच्या घरी सहकुटुंब कोजागिरी साजरी करण्यासाठी गेलो होतो. त्या संकुलात एकूण २८ सदनिका होत्या. इमारतीच्या बाजूने ऐसपैस मोकळी जागा होती. सगळे रहिवासी एकत्रितपणे कोजागिरी करणार असल्यामुळे मोठी लगबग चालली होती. मी आणि आमच्या यजमानीण बाई वैशालीताईसुद्धा कामानिमित्त धावपळ करत होतो. बाजूच्या गल्लीतल्या गजरेवाल्याकडून गजरे घेऊन आम्ही जिन्याने वर येत होतो. इमारतीचा सुबकपणा, स्वच्छता नजरेत भरत होती. इथे राहणारे लोक अत्यंत सुसंस्कृत आणि जबाबदार आहेत, हे पावलोपावली जाणवत होतं. न राहवून मी म्हणाले, ''किती छान आहे तुमची इमारत. इथली घरं अगदी प्रशस्त आहेत.''

तर वैशालीताई म्हणाल्या, ''इथे बाकी सगळं चांगलं आहे; पण दोन फॅमिली त्यांच्याही आहेत.''

''त्यांच्या म्हणजे?'' मी गोंधळून विचारलं.

इतक्यात कुणाचीतरी चाहूल लागून त्यांनी माझा हात दाबला. वरच्या बाजूने दोन बुरखाधारी बायका हसत-हसत जिना उतरत होत्या.

'अच्छा! त्यांच्या म्हणजे यांच्या वाटतं...' मी मनात म्हणाले.

''सबीना, सब लोग जल्दीही आ जाओ हां.'' वैशालीताई त्यातल्या एकीला उद्देशून म्हणाल्या.

''जल्दी आयेंगे, दीदी. हम वो मेन लाइन में ग्लास लाने जा रहे है. अभी आधे घंटे में वापीस आयेंगे, और कुछ लाना है क्या उधर से?''

''नहीं. बाकी सब है. ग्लास बडे और अच्छी क्वालिटी के लाओ.''

''हा, दिदी.''

या संवादाच्या टोनवरून दोन गोष्टी समजल्या.

वैशालीताईंचा इथे खूप रुबाब आहे आणि कोजागिरीत ही मुसलमान कुटुंबेही समाविष्ट आहेत.

रात्रीपर्यंत सगळी जय्यत तयारी झाली. खाण्याची चंगळ होती. भरपूर मिठाया, सुग्रास जेवण आणि दाट मसाला दूध. झक्कास बेत होता. काही किरकोळ कामं वगळता जेवणाचे, वाढणाचे कॉन्ट्रॅक्ट दिलेले होते. जेवणं झाल्यावर गप्पा रंगल्या. इमारतीतल्या मंडळींच्या कलागुणदर्शनाचा जंगी कार्यक्रम चालला होता. इतक्यात कुणीतरी फर्मावलं, ''सबीना भाभी, आप का फेवरीट 'हसता हुआ नुरानी चेहरा' होनाही चाहिए.''

या फर्माइशीवर जोरदार अनुमोदनाच्या टाळ्यांचा आणि होकाराचा दणदणाट झाला. मग चमकदार सलवार-कमीजवाली एक तरुण महिला हातातल्या लेकराला दुसऱ्या बाईकडे देऊन पुढे आली.

'अरे, हीच ती जिन्यातली बुरखेवाली वाटतं!' मी मनात म्हटलं. इतका वेळ हे सगळं माझ्या डोक्यातून निघूनच गेलं होतं. कारण त्या समूहात एकही बुरखेवाली बाई नव्हती. सगळे मोठ्या मजेत खात-पीत होते. मग तिथे कोण हिंदू, कोण मुस्लीम कळणार कसं?

सबीना मोठ्या आत्मविश्वासाने पुढे आली. ''चलो, शरयू, विभा... आओ कोरसवाले आगे.''

मग शरयू आणि विभावरी पुढे येऊन सबीनाच्या बाजूला बसल्या.

''अरे, ब्रदर कहाँ गया?'' कुणीतरी म्हणेस्तोवर एक चटपटीत पोरगा हातात प्लास्टिकची बादली घेऊन समोर येऊन बसला. कोजागिरीच्या कार्यक्रमात सगळेच घसा साफ करून घेतात. कुणी कसंही गायलं तरी टाळ्या पडतातच, असा

माझा आजवरचा अनुभव.

पुढच्या काही क्षणात चमत्कार घडला. साध्यासुध्या दिसणाऱ्या सबीनाने अगदी खणखणीत आवाजात सुरुवात केली आणि माहोल बदलला. तिची सुरांवर अद्भुत पकड होती. शरयू आणि विभावरी अचूक साथ देत होत्या. मी देहभान विसरले. समोर सुरांची सम्राज्ञी बसल्याचा भास होत होता. 'नुरानी चेहरा' झाल्यावर तिने, 'दगा दगा वै वै वै' गायलं. अप्रतिम गात होती! सगळे जण तल्लीन होऊन दाद देत होते. ब्रदर म्हणजे पीटर कांबळेने मानेला उस्तादी झटके देत बादलीवर ठेका साधला होता. आम्ही सगळे स्थळकाळाचे भान विसरून त्या संगीत-मैफिलीत अक्षरशः हरवून गेलो होतो. अखेर 'ये रात भिगी भिगी' झाल्यावर सबीना उठली. टाळ्यांचा तुफान कडकडाट झाला. मी तर थक्कच झाले होते.

''सबीनाशिवाय आमचा कुठलाच कार्यक्रम पार पडत नाही बरं! तिच्याशिवाय आमच्या सोसायटीचं पानही हलत नाही... ती नसली तर काहीच मजा येत नाही आम्हांला.'' त्याच, मघाशी जिन्यात माझा हात दाबणाऱ्या वैशालीताई आम्हांला हे मोठ्या कौतुकाने सांगत होत्या.

इतके सख्य आणि सलोखा आहे तर मघाशी त्या मला, 'इथं त्यांचीपण दोन घरं आहेत.' हे दबक्या आवाजात कशाला सांगत होत्या...!

भारतातल्या हिंदू-मुसलमानांच्या या अजब सलोख्यात बुरखा पाहून हात दाबणारा दबका सूर खरा आहे, की खड्या सुरात सूर मिळवून गाणारा नुरानी चेहरा खरा आहे, हे मला अजूनही कळलेलं नाही.

•••

एका आयुष्याची सुखांतिका

२०२०. कडकडीत लॉकडाउन सुरू असतानाची गोष्ट.

भोसा गावठाणाकडून घाटंजीकडे जाताना यवतमाळच्या आउटस्कर्टवर आमची घरं आहेत. आमच्या घरासमोर एक मोठा पडीक लेआउट आहे. जिथे लोक सकाळी आणि संध्याकाळी वॉकसाठी येतात. एरवी तिथे खूप गर्दी असते; पण कोरोनाच्या भीतीने त्या काळात लोक येईनासे झाले होते. लेआउटच्या टोकाशी ग्रीन झोन सुरू होतो. तिथून खाली एक खोल दरी आहे. त्या बाजूने बकऱ्या आणि गुरं चारणारे गावकरी फिरत असतात. त्या काळी लेआउटच्या टोकाशी असलेल्या पडीक मंदिरात अनेकदा व्यसनी लोकांची बैठक बसायची. रिकामटेकडी मुलं त्या बाजूने भटकत राहायची. संध्याकाळी कधी-कधी आम्ही तिकडे फिरायला जायचो. दरीपलीकडच्या भागात ऐन दिवाळीत एका दहा वर्षाच्या मुलावर अत्याचार करून त्याचा निर्घृण खून करण्यात आला होता.

एके दिवशी सकाळी त्या मंदिराच्या बाजूने एक मुस्लीम तरुणी फिरताना दिसली. त्या लेआउटमध्ये एकट्यादुकट्या मुली कधीही फिरताना दिसल्या नव्हत्या, म्हणून तिला पाहून आश्चर्य वाटलं. असेल कुणीतरी म्हणून तिकडे दुर्लक्ष केलं. पुन्हा दुपारी पाहिलं तरी ती मुलगी तिथेच फिरत होती. हे पाहून डोक्यात वेगळेच विचार यायला लागले. पण संध्याकाळीसुद्धा ती तिथेच रेंगाळताना दिसली त्या वेळी माझ्याच्याने राहावलं नाही. पायात चपला सरकवून मी तिची चौकशी करण्यासाठी

निघाले. ती मंदिराच्या पायरीवर उदासवाणी बसली होती. सकाळपासून बिना-अन्नपाण्याची फिरत होती.

डोक्यात कोरोनाची भीती असल्यामुळे तिच्यापासून सुरक्षित अंतरावर उभी राहून मी तिची नाव-गाव-पत्ता सगळी चौकशी केली. 'सकाळपासून इथे का फिरत आहेस?' असं विचारल्यावर ती एकदम रडायला लागली. तिला ज्या तरुणाशी लग्न करायचं होतं तो तिच्या भावाला पसंत नसल्यामुळे भावाने तिला घरातून हाकलून दिलं होतं. गोड बोलून आणि धीर देऊन मी तिला घरी घेऊन आले. प्यायला पाणी दिलं. 'जेवतेस का?' म्हणून विचारलं. ती 'नको' म्हणाली तेव्हा तिच्यासाठी फक्त चहा ठेवला.

ती दिसायला खूप सुंदर होती. तिचे शिक्षण बी.एस्सी.पर्यंत झालं आहे, हे तिच्या बोलण्यातून समजलं. कौटुंबिक मतभेदांमुळे संतापून ती घराबाहेर पडली होती आणि जीव द्यायचा विचार करत होती. सर्वांत आधी मी तिचा फोन नंबर मागून घेतला आणि महिला सुरक्षा समितीच्या माधुरी बाविस्करताईंना फॉरवर्ड केला.

तिला धीर देऊन घरात बाहेरच्या बाजूला बसवून घेतलं. 'तिला माझ्या घरी ठेवून घेऊ का?' असं माधुरीताईंना विचारलं.

पण, 'उद्या काही बरंवाईट झालं तर गावातले मुस्लीम लोक तुम्हांला सोडणार नाहीत.' असं सांगून त्यांनी तो विचार टाळायला लावला.

सोसा हे पूर्वीपासून मुस्लिमबहुल गाव आहे. इथली ७० टक्क्यांच्या वर लोकसंख्या मुस्लीम समाजाची आहे. शिवाय, कोरोना संक्रमणाची भीती होतीच. आठ वाजता माधुरीताईंना आमच्या घरी बोलावून घेतलं. मुलीच्या घरी फोन लावून ती आमच्या घरी असल्याचं कळवलं; परंतु तिच्या घरचे काहीच प्रतिसाद देत नव्हते. शेवटी माधुरीताई तिला पोलीस स्टेशनला घेऊन गेल्या. ती पोलीस स्टेशनला जायला तयार नव्हती. तिला आमच्याच घरी राहायचं होतं. पण केवळ नाइलाजाने तिला पाठवून दिलं. रात्री तिचे वडील आले आणि बाविस्करताईंनी समजूत घालून तिला घरी पाठवून दिलं.

पुढे सतत आठ दिवस मी तिला रोज फोन करून तिची चौकशी करत राहिले. तिच्या घरच्यांशीसुद्धा थोडंबहुत बोलत राहिले. हळूहळू परिस्थिती निवळली. सर्व काही शांत झालं. तिला जो मुलगा आवडत होता त्याच्याशी तिचं लग्न लावून

द्यायला तिच्या घरातली मंडळी तयार झाली. लग्नानंतर तिच्या एका नातेवाईक मुलाला कोरोना झाला. त्याला खूप अशक्तपणा आला होता. त्याच्या रक्तगटाचं रक्त उपलब्ध नव्हतं म्हणून तिने मला फोन केला. एका ओळखीच्या एनजीओची मदत घेऊन मी तिला रक्त मिळवून दिलं.

आता तिला एक गोड बाळ आहे. तिच्या जीवनातल्या अनेक प्रसंगी ती माझ्याशी संवाद साधते आणि माझ्या संपर्कात राहत असते.

नंतर तिच्या दिराचं लग्नाचं तिने आम्हांला रिसेप्शनला बोलावलं पाठवलं. माझ्या जेवणाची पंचाईत होऊ नये म्हणून रिसेप्शनच्या जेवणात शाकाहारी पदार्थ आहेत, असा निरोपही तिने मला व्हॉट्सॲपवरून दिला.

आपण प्रेमाचा-मदतीचा-सहकार्याचा हात पुढे केला तर समोरची व्यक्तीसुद्धा तितक्याच प्रामाणिकपणे आपल्या भावना समजून घेते आणि नातेसंबंध बळकट होत जातात. हिंदूंचे मुसलमानांशी पटत नाही वगैरे सगळे पूर्वग्रह आहेत. पूर्वग्रह बाजूला करून पाहिलं तर जग फार सुंदर आहे!

•••

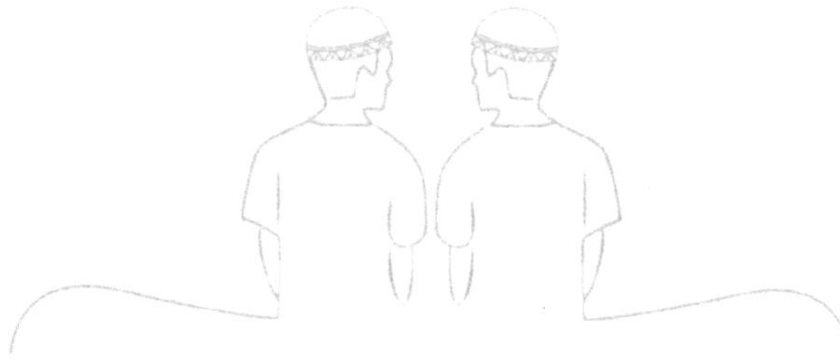

माझे न पाहिलेले मुस्लीम भाऊ

व्हॉट्सअॅपने आपल्याला स्टेटस नावाची एक सुविधा दिली आहे. त्यावरचा आपला संदेश २४ तासांपर्यंत आपल्या संपर्कयादीतील लोकांना दिसतो. मनात आणले तर या लहानशा सुविधेचा आपण फार छान उपयोग करून घेऊ शकतो.

यापूर्वी फेसबुकवरून आवाहन करून मी उन्हाळ्यात आमच्या गावातील २७० महिलांना आणि मुलींना चपला मिळवून दिल्या होत्या. ही बातमी झी २४ तासने केली होती. मनात आणले तर सोशल मीडियाचा सामाजिक सलोखा निर्माण करण्यासाठी फार चांगला वापर करता येतो. हवी फक्त थोडीशी कल्पकता आणि समाजाला मदत करण्याची प्रामाणिक इच्छा!

मी माझ्या स्टेटसवर वेगवेगळ्या नोकरीच्या आणि स्पर्धा परीक्षांच्या जाहिराती, लहान मुलांसाठी वेगवेगळ्या स्पर्धांची माहिती, परिसरात किंवा जगात घडलेली एखादी महत्त्वाची घटना, शासकीय योजनांची माहिती, शेतकऱ्यांना उपयोगी बातम्या, वादळाचे आणि पावसाचे सरकारी अंदाज, विद्यार्थ्यांना अभ्यासासाठी उपयोगी असलेली यूट्युबची लिंक अशा गोष्टी नेहमी स्टेटसवर लावत असते. संपर्कयादीतील अनेक लोकांना याचा फायदा होताना दिसतो.

याव्यतिरिक्त यवतमाळमधील सरकारी दवाखान्यात येणाऱ्या अनेक गरजू व गरीब रुग्णांना वारंवार रक्ताची गरज पडत असते. अनेक वेळा हव्या त्या रक्तगटाचे रक्त सहजासहजी उपलब्ध होत नाही. गरीब रुग्ण रक्तपेढीतून महाग रक्त विकत आणू शकत नाहीत. ग्रामीण भागातून आलेल्या लोकांना एवढ्या मोठ्या शहरात

रक्त कसे शोधावे ते समजत नाही. त्यांच्याकडे स्मार्टफोन नसल्यामुळे रक्त शोधण्याचे ॲप उपलब्ध नसते. त्यांच्या सोयीसाठी अनेक संघटना काम करतात. यवतमाळात वेगवेगळ्या प्रकारचे सामाजिक कार्य करणाऱ्या संस्थांचा, आमचा एक व्हॉट्सॲप ग्रुपही आहे. गरजूंना मोफत रक्त पुरवण्याचे काम करायचे असेल तर आपल्याला कसलाही खर्च करावा लागत नाही.

सरकारी दवाखान्याशी संपर्क साधून त्यांना आवश्यक असणाऱ्या रक्तगटाची माहिती आपण रोज व्हॉट्सॲपवर स्टेटसला ठेवू शकतो. अशा प्रकारे कुणीही व्यक्ती घरबसल्या बिनखर्ची समाजसेवा करू शकतो. मी अशी माहिती स्टेटसला ठेवत राहते. यातून माझ्या परिचयातील अनेक लोक सरकारी दवाखान्यात जाऊन रक्तदान करतात आणि गरजूंची सोय होते. पंधरा दिवसांपूर्वी सिकलसेलग्रस्त लहान मुलीला बी निगेटिव्ह रक्त हवे होते. गृहोद्योग करणाऱ्या दोन महिलांनी स्वतःची कामं बाजूला ठेवून त्वरित रक्त देण्याची तयारी दाखवली. रक्त द्यायला कुठे जायचं हे समजावून सांगितल्यानंतर त्या स्वतःच्या पैशाने सरकारी दवाखान्यात गेल्या. अशा प्रकारे लोक नेहमीच रक्तदान करायला पुढे येतात. या निमित्ताने त्यांना रक्तदान कसे, कुठे आणि कधी करावे याचीसुद्धा माहिती होते आणि ब्लड डोनेट केल्याचे सर्टिफिकेटही मिळू शकते.

नुकतीच एक घटना घडली :

सुनिता नखाते ही गरोदरपणातल्या तीव्र ॲनिमियाची शिकार झाली होती. तिला रक्त हवे होते. हे मी स्टेटसला ठेवले. जवळपास ७०० ते ८०० लोक रोज माझे स्टेटस पाहतात. यापैकी अनेकांना मी ओळखतसुद्धा नाही. नखातेताईंचे निवेदन मी विसरून गेले होते. अचानक ग्रुपवर संदेश दिसला, की अमृता खंडेराव यांचे स्टेटस पाहून भोशातील दोन मुस्लीम युवक थेट सरकारी दवाखान्यात जाऊन रक्तदान करून आले होते. नखातेताईंबरोबरच आणखी एका गरजू रुग्णालासुद्धा त्यांनी रक्त दिले होते. ते तरुण कोण होते मला आजही माहीत नाही. पण माझे स्टेटस पाहून त्यांनी हे फार मोठे काम केले होते. स्टेटसवरच्या एका साध्या संदेशामुळे, जिला मी कधीच पाहिले नाही ती नखातेताई, मी आणि ते दोघे अनोळखी मुस्लीम तरुण एकमेकांचे रक्ताचे नातेवाईक झालो आहोत.

या माझ्या कधीच न पाहिलेल्या भावांना माझ्या हृदयपूर्वक शुभेच्छा!

•••

मुक्काम पोस्ट भोसा

वर्ष २०१४. जिल्हा परिषद शाळा, मुक्काम पोस्ट भोसा, येथे मनीषा केतकर शिक्षिका म्हणून काम करत होत्या. माझे शाळेत आठवड्यातून दोन-तीन वेळा येणे-जाणे व्हायचे. ग्रामीण विद्यार्थ्यांचा व्यक्तिमत्त्व विकास व्हावा आणि त्यांना इंग्लिश शिक्षणात मदत व्हावी म्हणून मी अनेक प्रयोग करत होते. यातले काही प्रयोग मनीषा केतकर यांनी त्यांच्या शाळेत प्रत्यक्ष अमलात आणले.

एकत्र काम केल्यामुळे आमचा घनिष्ठ परिचय झाला होता. पर्यावरण, जलसाक्षरता, सीड बॉल प्रशिक्षण, सामान्यज्ञान परीक्षा, इंग्लिश शिकवण्याच्या सोप्या पद्धती या सगळ्या गोष्टींमध्ये केतकर मॅडमला प्रचंड उत्साह होता. त्यांच्या वर्गात दोन मुस्लीम मुली होत्या. त्या मुलींची आई थोडीशी वेडसर होती. शाळेत येताना अनेक वेळा मॅडम या मुलींसाठी डब्यात खाऊ घेऊन यायच्या. महिन्यातून एक दिवस घरून येताना संपूर्ण वर्गासाठी इडली-सांबार तयार करून आणायच्या.

दर वर्षी आपल्या वर्गातील काही विद्यार्थ्यांना त्या स्कॉलरशिपच्या परीक्षेला बसवत असत. एका वर्षी या दोन बहिणींपैकी एका मुलीला त्यांनी स्कॉलरशिपला बसवले होते. त्या वर्षी मी माझ्या मुलालासुद्धा स्कॉलरशिपच्या परीक्षेला बसवले होते. त्याचा बसस्टँडजवळील एका शाळेत नंबर आला होता. मी त्याला तिथे सोडवायला गेले तेव्हा केतकर मॅडम दोन विद्यार्थ्यांना आपल्या गाडीवर घेऊन तिथे आल्या. त्यात ही मुलगी होती.

मुलगी हुशार आहे; परंतु तिची आई वेडसर असल्यामुळे तिला परीक्षेच्या

ठिकाणी सोडायला कोणी नव्हते. रविवारचा दिवस असूनही मॅडम तिच्या घरी जाऊन त्या मुलीला घेऊन आल्या होत्या. सोबत तिचा जेवणाचा डबासुद्धा आणला होता. पहिला पेपर सुटल्यानंतर मॅडमनी तिला पोटभर जेवू घातले आणि स्वतःच्या बाटलीतील पाणी पाजले. कारण तिची काळजी घ्यायला कोणीच नव्हते.

सावित्रीबाई फुले जयंतीच्या दिवशी दर वर्षी त्या, या मुलींच्या आईला साडी नेसवायच्या. एक-दोन वर्षे त्यांनी माझ्या हस्ते त्या बाईंचा सत्कार केला होता, म्हणून मला ही गोष्ट कळली. त्या दोन्ही पोरींना स्वतःच्या मुलींचे जुने कपडे आणून देणे, थोडीफार इतर मदत करणे, खाऊ देणे या गोष्टी मॅडम मनापासून करायच्या. शाळेत गेलं की सतत या मुलींच्या भविष्याबद्दल बोलत राहायच्या.

मनीषा केतकर आता पुण्यातील मनपा शाळा क्रमांक ११, सोमेश्वरवाडी, पुणे या शाळेत कार्यरत आहेत. तिथेही त्या तन-मन-धनाने आपले काम पार पाडत असतील, याची मला खात्री आहे.

शिक्षकाचा विवेक सदैव जागा असला पाहिजे. आपल्या देशाच्या सर्वसमावेशक सर्वधर्मीय परंपरांचे त्याला ज्ञान असले पाहिजे.

•••

ढाई आखर...

माझ्या फेसबुकवर देवीचा फोटो बघून मला अनेकांनी विचारले, की 'तुम्ही अमुक धर्माच्या आहात तर मग तुमच्या प्रोफाइलवर देवी कशी काय?' 'सावित्री की सरस्वती?' या लेखावर कमेंट आली, की 'तुम्ही हिंदूंचा द्वेष करणारी बाई आहात.'

मुळात बाईला माणूस म्हणून स्वीकारण्याची लोकांना लाज वाटत असावी का? मला जातधर्माच्या जोखडात राहायला आवडत नाही. जन्माने मिळालेली जात आणि धर्म कागदोपत्री राहणारच आहे. त्यात मी बदल करू शकत नाही. पण विचारांनी मी निधर्मी आहे. मला जात, धर्म किंवा पंथ यापेक्षा माणसाच्या माणूस असण्यात जास्त रस आहे. मी कुणाच्याही श्रद्धांचा अनादर करत नाही; पण सर्वांत आधी मी माणसाच्या माणूसपणाचा आदर करते.

एके ठिकाणी आठवीच्या महालक्ष्म्या बसल्या होत्या म्हणून गेले होते. तिथे समोरच्या रस्त्यावर पालावरच्या दोन कंजारभाट बायका त्यांच्या लहान मुलांसह जेवण मागत होत्या. घरमालकाच्या मुलांनी त्यांना पत्रावळीवर जेवण दिले. ती मायलेकरं आनंदाने रस्त्याकडेला बसून जेवू लागली. तितक्यात मालक त्या चौघांना हिडिसफिडिस करून हाकलू लागला. ती बिचारी तशीच मान खाली घालून खात राहिली. तर, घरमालकाने खाली उतरून त्या बारा वर्षाच्या मुलाच्या डोक्यात ठप्पकन मारलं. ते लेकरू तसंच डोकं चोळत जेवत राहिलं. ते बघून मी न जेवता माघारी आले. माझ्या डोळ्यांतून घळाघळा अश्रू वाहत होते.

संध्याकाळी मी पालावरून त्या मुलाच्या आईला बोलावले आणि एकेक किलो

डाळ आणि तांदूळ तिच्या सुपूर्द केले. त्या लेकराला वरणभात करून घालायला सांगितले.

ती म्हणाली, ''हे नवरात्राचं दान हाय का?''

मी म्हणाले, ''नाही. काल तुझ्या बाळाला त्या माणसानं जेवताना मारलं त्याची मी माफी मागते. जेवू घाल जा त्याला पोटभर.''

''त्यो बाबा तुमचा कोणी नात्यातला हाये का?''

मी मनात म्हटले... 'बये, एक माणूस, दुसऱ्या माणसाशी असा वागला त्याचं परिमार्जन म्हणून एक माणूस म्हणून मी तुझी माफी मागत आहे... माणसाचं माणसाशी जे नातं असतं तेच माझं त्या माणसाशी आहे.'

माझे उत्तर तिला समजले नसते. ती बाई माझ्यासाठी देवीचे रूप आहे. आजी म्हणायची, 'देव कोणत्या रूपात आपली परीक्षा घेऊन जाईल सांगता येत नाही.' मला मनुष्यरूपातला देव सापडल्यामुळे मला कुठल्याही मंदिरात-मशिदीत जायची, पूजा-कर्मकांडं करायची गरजच उरलेली नाही. मी मंदिर-मशिदीचे आर्किटेक्ट पाहायला जाईन, हातही जोडेन; पण तिथला परमेश्वर सदैव माझ्यासोबत आहे, याची मला निश्चित जाणीव झालेली आहे.

सर्वपित्री अमावास्येला माझा मावसभाऊ घरी आला. त्याला त्याच्या वडिलांचे श्राद्ध करायचे होते. प्रवासामुळे त्याला जेवणावळी घालणे शक्य नव्हते. त्याने बाजारात जाऊन दूध-पेढे-केळी आणि शाल आणली. आम्ही दोघांनी आमच्या गल्लीतल्या गिरणीवाल्याच्या घरी जाऊन ते दान पोहोचवले. कसलाही विधी, कर्मकांड नाही. त्याची जात किंवा धर्म माहीत करून घेण्याची इच्छा नाही. तो गरीब, गरजू आहे इतकेच आम्ही पाहिले. हा धर्म आम्ही स्वीकारला आहे. याला आम्ही निसर्गधर्म म्हणतो. गेल्या दहा-बारा वर्षांपासून आम्ही पर्यावरणासाठी काम करतो. तोसुद्धा आमचा धर्मच आहे – 'पर्यावरण धर्म'.

एका वाचकाने विचारले, ''२२ प्रतिज्ञा वाचल्यात का?''

मी म्हटले, ''मला गरज नाही.''

'काय करायचं आणि काय नाही' हे माझे पक्के ठरलेले आहे. माणसाशी माणसासारखे वागणे एवढे मला पुरेसे आहे.

कबीराने दिलेला 'ढाई आखर प्रेम का...' हाच माझा धर्म आहे.

•••

धर्मव्यवस्थेचा बळी ठरलेली नाझनीन

नाझनीन पहिल्यांदा मुलाच्या शाळेत भेटली... बिनधास्त, बेधडक आणि निर्मळ. दिसायला उंचीपुरी... हजार जणीत देखणी! मुलांची शाळा सुटेपर्यंत आम्ही गप्पा मारायचो. मी लिहिते हे कळल्यावर तिने माझा नंबर मागून घेतला. ती बोलघेवडी आणि स्पष्टवक्ती स्त्री होती. तिला दोन मुलं. एक पाळण्यात अन् दुसरं शाळेत. घरी सासू-सासरे, नवऱ्याने टाकून दिलेली नणंद व तिची मोठी मुलगी, एक बसून खाणारा दीर, नवरा-बायको.

तिला घरात फार कष्ट उपसावे लागत होते. नणंद व सासू तिला मदत करायच्या नाहीत. अती कष्टाने नाझनीनच्या हातापायांवर काळ्या चिरा पडल्या होत्या. वेगळं राहण्यासाठी ती तिच्या नवऱ्याशी रोज भांडत राही. नवरा चतुर्थ श्रेणी सरकारी नोकरीत असल्यामुळे खायप्यायची सोय होती. परंतु घरातला राडा उपसण्यात दिवस जात असल्यामुळे ती मुलाचा अभ्यास घेऊ शकत नव्हती. घरातल्या रोजच्या भांडणाला, अपमानाला आणि कष्टाला ती विटली होती.

तिच्या म्हणण्यानुसार, मी एकदा तिच्या नवऱ्याला समजावून सांगण्याचा प्रयत्न केला होता. त्याला माझे म्हणणे पूर्ण कळत होते, पण तो जातधर्माच्या फासात फसला होता. समाज नावं ठेवेल याची त्याला भीती वाटत होती. उच्चभ्रू आणि उच्चशिक्षित मुस्लीम तरुणांचे जीवन सुधारले असेल, पण गरीब मुसलमान

भ्रमांच्या भोवऱ्यात गरगरत आहे हे त्याच्याशी बोलताना माझ्या स्पष्ट लक्षात आलं. बायकोने बुरखा नाकारला तर त्याला काहीच फरक पडत नव्हता. पण समाजापुढे तो हतबल होता. म्हणजे पोशाख आणि राहणीमानाची सक्ती दोघाही गरीब नवराबायकोपुढचे आव्हान होते. आई आणि बहिणीला, 'बायकोला मदत करा' म्हणून सांगण्याचीही त्याच्यात हिंमत नव्हती.

बुरखा तिला अजिबात मान्य नव्हता.

''मला तुमच्या बायकांसारखं मोकळं राहायला आवडतं. तू कशी सगळ्या बाया-पुरुषाशी बोलती. पण तुझा शौहर शक घेत नाही. तू मुलाचा अभ्यास घेती मनून तुझा बोधी वर जात राह्यते. तू सर्वांशी बोलली तरी तुझा कुणी अपमान करते नाही. मला अशी जिनगी आवडते अम्रिता....''

''आमच्या धर्मात लै कठीन हाय बाईची जिनगी, नरक होते जिनगीचा...''

''काऊन केले ग लोकांनी हे धरम अन् जाता? किती खराबी झाली बग ना रे सगळी...''

ती धर्माबद्दल जे बोलत होती ते लिहायचे माझ्यात धाडस नाही. पण ती उरी फुटून बोलायची. सगळ्या धर्मव्यवस्थेच्या थोबाडावर ती तिच्या दुःखाचे-संतापाचे-हालअपेष्टांचे-अपमान आणि अवहेलनेचे ॲसिड फेकायची.

तिने आत्महत्या केल्याचे समजले. तिच्या नवऱ्याने वेळीच धाडस केले असते तर एक रुबाबदार जीव वाचला असता.

तिच्या मागण्या चुकीच्या होत्या का?

(लेखात तिचे नाव बदलले आहे. मेल्यानंतरही मला तिची बेअब्रू करायची नाही.)

•••

मुक्काम पोस्ट - पहुर-इजारा, जिल्हा - यवतमाळ

(काळ : ४० वर्षांपूर्वीचा)

मालती देशपांडे यांची पहुरला मोठी शेती होती. एकत्र कुटुंब... मोठा बारदाना... दारात गाय-वासरांनी भरलेला गोठा... मोठी विहीर... ऐसपैस अंगण... मागे परसदार... धान्याने भरलेल्या कोठ्या....

सामानाने भरलेल्या खोल्या... नोकरचाकरांचा दिवसभर राबता... कष्टाला कणखर आणि काटक घरधनी नारायणराव... अत्यंत कष्टाळू आणि हिकमती म्हणून पंचक्रोशीत त्यांचं नाव... अडीनडीला अर्ध्या रात्री गावाच्या मदतीला धावून जाणार... त्यांच्या घराला गावात मोठा मान. देशपांड्यांना बोलावल्याशिवाय गावात कोणाची सोयरीक होत नसे. सणवार असो, बैठक असो, साक्षगंध असो, गावजेवण असो; यात देशपांड्यांचा सिंहाचा वाटा असणारच!

या गावात एक मुस्लीम कासार होता. रोज सकाळी डोक्यावर बांगड्यांची टोपली घेऊन आजूबाजूच्या खेड्यापाड्यांत बायकांना बांगड्या भरणे हे त्याचं काम. सकाळी बांगड्यांची पाटी डोक्यावर घेतल्यानंतर 'मेरी माँ-बहने हमेशा सुहागन रहे' असं म्हणून पाटीला नमस्कार करायची त्याची पद्धत होती. लग्नाकार्यात त्याला मोठा मान असे. बांगड्या भरल्यानंतर बायका त्याला वाकून नमस्कार करत. तोसुद्धा तोंडभरून आशीर्वाद देई – 'सदा सुहागन रहो! खूब फुलो फलो!'

गावातले इसाकभाई आणि नारायणराव देशपांडे यांची लहानपणापासूनची मैत्री होती. शेतीचं - अवजाराचं काम असो, बियाण्याची खरेदी असो की कापसाची विक्री; दोघंही एकमेकांना विचारल्याशिवाय कोणतंच काम करत नसत.

एकदा रात्री अचानक मालतीबाईंच्या पोटात खूप दुखायला लागलं. नारायणराव घाबरून गेले. गड्याला इसाकभाईच्या घरी पाठवलं. रातोरात गाडीची व्यवस्था करून मालतीबाईंना यवतमाळला आणलं. त्यांच्या गर्भाशयाचं मोठं ऑपरेशन करावं लागलं. जिवाचा धोका टळला. मालतीबाई सुखरूप घरी आल्या; पण हातापायातलं त्राण गमावून. त्यांना उठता येईना की बसता येईना. भिंतीला धरून चालायला लागलं की चकरा यायच्या. अंगावरून वारं गेल्यासारख्या त्या अशक्त झाल्या होत्या.

कितीतरी औषध-गोळ्या-टॉनिक्स दिली, पण त्यांच्या तब्येतीत फरक पडेना. संक्रांत आली आणि कासार बांगड्या भरायला देशपांड्यांच्या वाड्यात आला. मालतीबाईंचा थरथरता हात बघून त्याला धस्स झालं! उलटपावली इसाकभाईच्या घरी जाऊन त्याने हा निरोप सांगितला.

दोघांनी काहीतरी चर्चा केली.

''अब आपही उनको समझा सकते हो, इसाकभाई. वो आपकी बात कभी टाल नहीं सकते.''

कासाराशी बोलणं झाल्याबरोबर इसाकभाई घाईघाईने नारायणरावांच्या घरी आले. ''भाभीजी को लिव्हर का सूप देना पडेगा... इसके अलावा और कोई चारा नहीं.'' हे ऐकून नारायणरावांना मोठा धक्का बसला. मालतीबाईंनीही निक्षून 'नाही.' म्हणून सांगितलं. पण हर प्रकारे विनंत्या करून, हात जोडून, इसाकभाईने शेवटी त्यांना आपल्या मैत्रीची शपथ घातली.

नाइलाजाने नवराबायको तयार झाले. मालतीबाईंचं वय फक्त ३२ वर्षांचं, पोटी दोन लहान लेकरं. त्या अशाच आजारी राहिल्या तर त्यांच्या संसाराचं कसं होणार... याची इसाकभाईला आणि त्यांची पत्नी राबियाभाभीला काळजी पडली होती.

त्यानंतर दर रविवारी राबियाभाभी आंगवणीने लिव्हर सूप बनवून द्यायच्या आणि इसाकभाईं मालतीबाईंसाठी गुपचूप डब्बा पोहोचता करायचे. हळूहळू मालतीबाई खडखडीत बऱ्या झाल्या. पुन्हा हसू-खेळू लागल्या.

इसाकभाईंच्या घरी पाहुणे आल्यानंतर देशपांड्यांच्या घरचा मोठा गोणा आणि खुर्च्या नेल्या जायच्या. देशपांड्यांच्या घरी कार्य निघाल्यावर भाईंच्या घरच्या सगळ्या खाटा देशपांड्यांच्या अंगणात आणून टाकल्या जायच्या. डब्यातून एकमेकांच्या घरी अन्न पोहोचवलं जायचं. महालक्ष्म्यांच्या पहिल्या पंगतीला इसाकभाईंच्या वडिलांना मानाचं ताट वाढलं जायचं....

पुढे इसाकभाईंची मुलं मोठी झाली. त्यांनी शेती सोडली. आपापले दुसरे उद्योगधंदे सुरू केले. वयोमानामुळे मालतीकाकू आणि नारायणरावसुद्धा यवतमाळला येऊन स्थायिक झाले.

पुढे श्रावणी शुक्रवार आला. मालतीकाकूंकडे हळदीकुंकवाला गेले, तेव्हा या सगळ्या आठवणी सांगताना त्या रमून गेल्या होत्या. पहुरच्या घरी इसाकभाईंच्या घरच्या सगळ्या बायका काकूंकडे हळदीकुंकवाला यायच्या याची त्यांना फार आठवण झाली....

हे सगळं असं आलबेल होतं....

तर मग, हा विषाचा कंद कुणी-कसा-कधी पेरला कळत नाही!

•••

व्रत...

आमच्या खेडेगावात दर वर्षी बायका वेगवेगळी व्रतं करतात. मार्गशीर्षातले गुरुवार, देवीचे शुक्रवार, श्रावणी सोमवार आणि अशी अनेक व्रतं बायका मनोभावे करत असतात. माझा असल्या कर्मकांडांवर विश्वास नाही. पण मला बोलावल्यानंतर मी त्या व्रताच्या उद्यापनासाठी नक्की जाते. कारण या निमित्ताने गावातल्या महिला एकत्र येतात. गप्पा गोष्टी होतात. माझ्यासाठी विचारांची देवाणघेवाण करण्याची ही एक चांगली संधी असते. आणि एखाद्या कर्मकांडावर आपला विश्वास नसला तरी दुसऱ्याच्या विश्वासाचा आदर केला पाहिजे, असे मला वाटते.

एका वर्षी माझी मैत्रीण रसिका हिने गणपतीचं व्रत केलं होतं आणि त्याचं उद्यापन करण्यासाठी तिने पाच महिलांना बोलावलं होतं. त्यातली एक महिला अचानक आली नाही, म्हणून तिने घाईघाईने मला फोन केला. पाच बायका असल्याशिवाय व्रताचं उद्यापन होत नाही, असं तिचं म्हणणं होतं. मग मी तिला दोन-तीन नावं सुचवली, पण ती 'नाही' म्हणाली. रसिकाचा मुलगा आणि माझा मुलगा बोधी एकाच शाळेत शिकत होते. अखेर वेळात वेळ काढून मी तिच्या घरी गेले आणि तिचं व्रत सुफळ संपूर्ण झालं.

आम्ही सगळ्यांनी एकत्र जेवण केलं. त्यानंतर तिने प्रत्येक बाईला एक लहानशी पोथी, एक ब्लाउज पीस, एक स्टीलचा मोठा बाऊल, उदबत्तीचा पुडा, बांगड्या, टिकल्यांचं पाकीट आणि तांदूळ या वस्तू दिल्या. आता या पाचही बायकांनी हे व्रत पुढं चालवायचं असं तिने निघताना सांगितलं. म्हणजे, पाच गुरुवार प्रत्येकीने

या पद्धतीने पूजा करायची आणि सहाव्या गुरुवारी पुन्हा पाच बायका बोलावून त्यांना हे सगळं दान द्यायचं असं ते व्रत होतं. जेवण करायला आणि वाण घ्यायला माझी काहीच तक्रार नव्हती. पण व्रताची पुढची पायरी समजल्यावर माझ्या पोटात गोळा आला. खाल्लेली पुरणपोळी जड वाटू लागली. मी असली कसलीही कर्मकांडं करत नाही हे तिला परोपरीने समजावून सांगितलं. पण ती काकुळतीला येऊन मी ते करणं कसं गरजेचं आहे हे मला सांगू लागली. ''तू असं केलं तर माझं व्रत फळणार नाही. प्लीज... अमृता, पाच गुरुवार काही जड नाहीत. तुला काय अडचण आहे?''

तिचा भावनिक कल्लोळ पाहून मी तिच्या शब्दाला ताबडतोब होकार दिला. घरी आल्यानंतर मी पाच गुरुवारी गणपतीचं व्रत करणार आहे, असं जाहीर केल्यावर नवऱ्याने आणि मुलाने माझी भरपूर खिल्ली उडवली. पण मी त्यांना रसिकाच्या भावनांचा आणि श्रद्धेचा आदर करायला सांगितलं. व्रत माझ्या पद्धतीने करायला मी मोकळी होते.

पुढच्या गुरुवारी मीसुद्धा पूजा मांडली. चौरंगावर लालकोरं कापडही अंथरलं. एका पेल्यात तांदूळ आणि त्यावर सुपारी ठेवून आमचा गणपती स्थानापन्न झाला. पाचही गुरुवार मी खरोखर मनोभावे त्याची पूजा केली. परमेश्वर चराचरांत वसलेला आहे तर माझ्या सुपारीतही आहे, असं मी मानलं. माझी आई लहानपणी अशी असंख्य व्रतं करत असल्यामुळे मला या सगळ्यांची बऱ्यापैकी माहिती होती. दर गुरुवारी आमच्या बाप्पाला लालभडक जास्वंदीचं फूल वाहिलं आणि मोदकांचा नैवेद्य दाखवला. उकडीचे मोदक खायला घरात कुणाचाच विरोध नव्हता. पाच गुरुवार निर्विघ्नपणे पार पडले. मी गणपतीस्तोत्राचे वाचन करताना मात्र बापलेक माझ्याकडे चमत्कारिकपणे पाहायचे. त्यावर 'संस्कृतचे शुद्ध उच्चार कसे करायचे ते शिकून घे. ही भाषा उत्तम टंग ट्विस्टर आहे,' असं मी मुलाला सांगायची.

उद्यापनाचा गुरुवार उजाडला. आदल्या दिवशी मी पाच स्टीलचे बाऊल, टिकल्यांची पाकिटं, ब्लाउज पीस, बांगड्यांचे सेट वगैरे खरेदी करून आणून ठेवले. या खरेदीनंतर बोधीने पुन्हा अनेक प्रश्न विचारून भंडावून सोडलं. त्याच्या दृष्टीने हा शुद्ध बावळटपणा होता. मग मी त्याला, पारंपरिक गोष्टींचा आपण समाजातील गरजूंची मदत करण्यासाठी आणि सामाजिक सलोख्यासाठी कसा उपयोग करू

शकतो, हे अनेक उदाहरणं देऊन समजावून सांगितलं. त्याला किती पटलं माहीत नाही; पण तो गप्प बसला.

व्रताच्या वाणातील सर्व वस्तूंची मी खरेदी केली, पण व्रताच्या पारंपरिक पोथ्या खरेदी केल्या नाहीत. त्याऐवजी आपल्या मुलांना संतुलित आहार कसा द्यायचा, शाळकरी मुलांचा डबा कसा बनवायचा, याची माहिती हाताने लिहून त्या कागदांच्या पाच प्रती काढल्या. आणि बोल्ड टाइपातली लहान-लहान इंग्लिश गोष्टी असलेली पाच छोटी पुस्तकं खरेदी केली.

वाण देण्यासाठी मी अत्यंत गरीब कुटुंबातील चार कष्टकरी बायका आणि माझी मदतनीस मुमताज हिची निवड केली. पती-निधनानंतर चार घरी कामं करून संसाराचा बोजा उचलणाऱ्या मुमताजसारख्या महिलांना नेहमीच लहानमोठ्या मदतीची गरज भासत असते. त्या वेळी तिची दोन मुलं बापूलाल पटेल शाळेत शिकत होती.

व्रत घेण्यासाठी आलेल्या बायकांनी मुमताजला पाहिल्यावर डोळे मोठे केले! ''हे व्रत सवाष्णीला द्यावा लागते बाई... मुमताजले कसं चालीन?'' असं मला त्यातल्या एका कष्टकरी बाईने सांगितलं.

''काऊन? मुमताजले जीव नाही का? का तिले दुपारून भूक नाही लागत?'' मी प्रतिप्रश्न केला.

मॅडमपुढे आपलं काही चालणार नाही हे सगळ्यांना माहीत होतं. मसालेभात, कढी आणि लोणचं असं साधं जेवण होतं. जेवणानंतर पाचही बायकांना हळद-कुंकू लावून मी मनोभावे वाणाची भेट दिली. मग व्रताचे फोटो काढून रसिकाला पाठवले आणि व्रत संपूर्ण झाल्याचं कळवलं. मी असं साग्रसंगीत व्रत केल्याचं पाहून तिलाही खूप आनंद झाला.

त्यानंतर एके दिवशी मुलाला शाळेतून घरी घेऊन येत होते. भोसा रोडवर रत्नादेवीच्या दवाखान्याच्या बाजूला एक चहाभज्याची टपरीवजा हातगाडी उभी असते. त्या टपरीभोवती सात-आठ माणसं भजी खात उभी असतात, हे नेहमीचंच दृश्य होतं. तिथून जाताना नाकात भज्याचा सुगंध शिरल्याशिवाय राहत नाही. त्या दिवशी तिथून जाताना बोधीने अचानक गाडी थांबवायला सांगितलं. 'काय झालं?'

म्हणून मी पटकन गाडी बाजूला घेतली आणि थांबले. बोधीने भज्याच्या गाडीवर जाऊन एक प्लेट भज्याची आणि चहाची ऑर्डर दिली. मी प्रचंड आश्चर्यचकित झाले होते. कारण आम्ही कधीही हातगाडीवरचं खात नाही. भज्याच्या गाडीच्या बाजूला एक वयोवृद्ध मुस्लीम गृहस्थ अतिशय केविलवाण्या नजरेने उभे होते. ताज्या गरम भज्याचा पुडा बोधीने त्या म्हाताऱ्याच्या हातात नेऊन दिला. माझ्या डोक्यात लख्ख प्रकाश पडला! मी पुढे होऊन भजीवाल्याला पैसे दिले आणि आजोबांची भजी खाऊन झाल्यावर त्यांना चहा द्यायला सांगितले. बोधीने त्यांना व्यवस्थित बाकावर बसायला लावलं. पुडा नीट उघडून त्यांच्या समोर ठेवला.

मग आनंदाने उड्या मारत माझ्याकडे येऊन तो म्हणाला, ''मम्मी, आता तुझं व्रत पूर्ण झालं. उद्यापनाला तू सगळ्या बायकाच बोलावल्या होत्या, पण पुरुषालासुद्धा वाण दिलं पाहिजे हे तुझ्या लक्षातच आलं नव्हतं. जेंडर इक्वॅलिटी....''

मी रस्त्यातच त्याला प्रेमाने जवळ घेतलं. माझ्या डोळ्यातलं पाणी मला आवरता येईना....

मुलांना फक्त अन्न-वस्त्र-निवारा आणि शिक्षण दिल्याने सुसंस्कृत नागरिक तयार होत नाही. बोधिसत्वच्या सामाजिक जाणिवा विकसित करण्यासाठी मी करत असलेली अथक धडपड आज सार्थकी लागली होती.

मी जिंकले होते...!

•••

एक्का

भारतात साजरे केले जाणारे सण-समारंभ अगणित आहेत. हजारो जाती-प्रथा-परंपरांचे हजारो उत्सव आहेत. उत्सव माणसाला आनंद देऊन समाजाशी जोडतात. शेअरिंगला वाव मिळतो. उत्सव सहसा आनंददायक प्रसंगी साजरे केले जातात. एक्का हा उत्सव मात्र संकटकाळी साजरा केला जातो. खरंतर हा उत्सव नसून रिवाज आहे.

विदर्भाच्या ग्रामीण भागात 'एक्का' साजरा केला जातो.

ज्या वर्षी पाऊस वेळेवर आणि पुरेसा येत नाही त्या वेळी एक्का केला जातो. गावातल्या मारुतीच्या देवळात संपूर्ण गावाने केलेलं सहभोजन म्हणजे एक्का. पावसाने ताण दिल्यामुळे हवालदिल झालेले गावकरी एकत्र येऊन एक्का करतात. संपूर्ण गावाला बोलावलं जातं. एकाही घरी चूल पेटत नाही. सगळा स्वयंपाक गावकरी मिळून करतात. जेवण खूप साधं असतं. डाळ, भाजी आणि भात हे मुख्य पदार्थ असतात. सगळे एकत्र रांधतात, मारुतीला नैवेद्य दाखवतात, पावसासाठी प्रार्थना करतात आणि एकत्र जेवतात.

एक्का मारुतीच्या देवळात साजरा केला जात असला तरी गावातल्या सगळ्या जातिधर्माचे लोक इथे पानाला पान लावून जेवतात, हा आमच्या कृषीसंस्कृतीचा गाभा आहे. गावातले हिंदू-मुस्लीम-आदिवासी-बौद्ध सगळे या रिवाजात भाग घेतात. गावाच्या भल्यासाठी सगळे एक होतात, म्हणून हा रिवाज 'श्रद्धा की अंधश्रद्धा?' याचं मला महत्त्व वाटत नाही.

एक्का म्हणजे एकी किंवा एकीकरणाचं ग्रामीण रूप. गावावर आलेल्या संकटाला एकत्रितपणे तोंड देण्याची मानसिक तयारी करण्यासाठी लोक एकत्र जमतात. काय उपाय करता येईल त्याचा विचार करतात. सल्लामसलत झडते. 'जे काय होईल ते सगळ्यांचं होईल, माझं एकट्याचं नाही', या भावनेतून मिळणारी सुरक्षितता हा एक्का प्रत्येक गावकऱ्याला प्रदान करतो.

एकमेकांच्या अडचणी ऐकल्या जातात... मार्ग काढले जातात... मदत केली जाते... एकमेकांचे भार वाटून घेतले जातात... मनं मोकळी होतात... शीण हलका केला जातो. एक्का हे दुःख निवेदन आणि निवारणासाठी आयोजित केलं जाणारं सहभोजन आहे.

कृषीसंस्कृती म्हणजे देवाणघेवाण. शेती एकट्याने होत नाही. मालक-मजूर-गावकरी-बारा बलुतेदार सगळ्यांच्या मदतीशिवाय शेती सुफल होत नाही. हातात हात घालून कष्टाची रुजवण केल्याशिवाय उगवण होत नाही.

बैल-खतं-दावं-नांगर-बियाणं-यंत्र-सल्ला-शहाणपण-मनुष्यबळ सगळ्यांच्या देवाणघेवाणीतून शेत फुलतं. शेतकरी सगळ्यांशी कृतज्ञ राहतो. ढोरा-वासराला, प्राण्या-पाखराला, दीन-दुबळ्याला घासातला घास देतो. कवाड बंद करून जेवायची शेतकऱ्याची पद्धत नाही. मोकळ्या अंगणात झाडाखाली बसून भाकर खाल्ल्याशिवाय त्याच्या अंगी लागत नाही. शेजाऱ्यापाजाऱ्याला हाळी घातल्याशिवाय त्याला जेवण गोड लागत नाही.

बारा महिने रानात खपून आमच्या ताटापर्यंत सुखाचं अन्न पोहोचवणाऱ्या शेतकरीदादावर कधीही एक्का साजरा करायची वेळ येऊ नये, हीच प्रार्थना!

•••

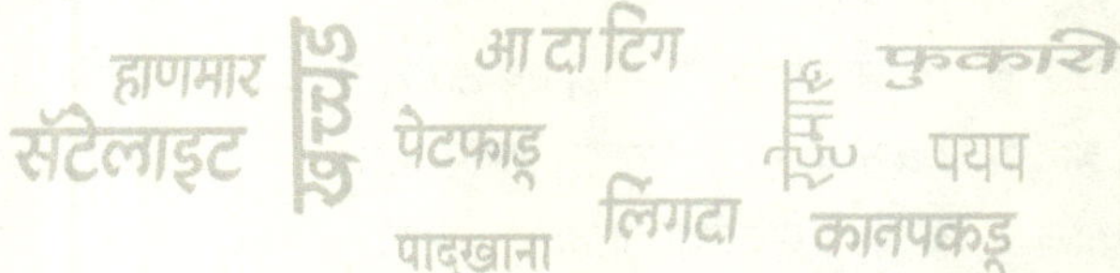

भाषेची नवसंजीवनी

सर्वच भाषांमध्ये अधिकृत नोंदणी न झालेल्या असंख्य शब्दांची रेलचेल असते. ताटातल्या लालभडक लोणच्याच्या फोडीप्रमाणे हे शब्द भाषेची चव वाढवतात, बोलण्यात रंगत आणतात. दर पिढीत असे कैक नवनवे शब्द तयार केले आणि वापरले जातात.

केसांचा घट्ट बुचडा किंवा अंबाडा बांधणाऱ्या एका शिक्षिकेला आम्ही मुली 'बुचडेश्वरी' म्हणत असू. आमच्या खेड्यात ऐंशी ते नव्वदच्या दशकात गावातली तमाम मंडळी एकमेकांना 'सॅटेलाइट' म्हणून अभिवादन करत. 'नमस्कार', 'रामराम', 'जयभीम', 'सलाम आलेकुम' या शब्दांप्रमाणेच 'सॅटेलाइट' हा शब्द प्रचलित झाला होता. लहान मुलंही एकमेकांना दिसली की हात उंचावून 'सॅटेलाइट' असं म्हणत. मारुतीच्या पारावर, वारकाच्या दुकानी सगळीकडे एकमेकांना 'सॅटेलाइट' घातला जाई. कुणाचं लक्ष नसेल तर जोराने 'सॅटेलाइट, ओ सॅटेलाइट' असं म्हटलं की समोरचा माणूसही गडबडीने 'सॅटेलाइट, सॅटेलाइट' म्हणत असे. याची सुरुवात बहुधा गावातल्या कथेकऱ्याने केली होती. लोकांना एखादा शब्द आवडला की तो हवा तसा वापरायची मुभा भाषा देते. कुठल्याही भाषेचा लवचीकपणा तिला जिवंत ठेवतो.

पेन चालत नसल्यामुळे माझा मुलगा रिफिल काढून मागून फुंकत होता. 'काय करतोस?' विचारल्यावर म्हणाला, 'याला फुकारी मारतो.' फुकारी मारण्यावरून फुंकणी शब्द आठवला.

आमच्या लहानपणी घरोघरी चुली आणि फुंकण्या होत्या. धूर वाढू लागला की आम्ही फुंकणीतून चुलीत अशाच फुकाऱ्या मारत असू.

घराच्या बांधकामासाठी येणारे बालाघाटी मजूर सिमेंटच्या तात्पुरत्या चुली तयार करतात आणि इकडेतिकडे पडलेल्या एखाद्या पीव्हीसी पाइपने चूल फुंकतात. आमच्या खेड्यात पाइपला 'पयप' असं म्हणतात. 'आण तो पयप इकडं, पाणी वाया जाऊ राहिलं', असं बोललं जातं.

एखादं काम तासन् तास चालत असेल तर त्याला 'आवर लवकर तुझा पादुखाना!' असं म्हणतात. दवाखाना माहीत होता, पण 'पादुखाना' या अजब शब्दाची व्युत्पत्ती काय, ते मला अजूनही सापडलेलं नाही! पादुखाना म्हणजे रटाळ, कंटाळवाणं काम. नांदुरा तालुक्यात वापरला जाणारा आणखी एक मजेदार शब्द म्हणजे 'पुंगीपेटारा'. म्हणजे, घरभर असलेला पसारा.

इंग्लिश माध्यमात शिकणारी मुलं रोज मराठीत नव्या शब्दांची भर टाकतात. सुदेष्णा टीचर फार कानपकडू आहे किंवा राहुल सर रट्टेमारू आहेत. शाळेच्या रिक्षाला यवतमाळात 'स्कूल यॅटो' म्हटलं जातं. 'भाऊ काय करतात?' असं विचारल्यावर 'ते यॅटो चालवतात', असंच सांगितलं जातं.

आमच्या लहानपणी 'आ दा टिंग लिंगदा' असा खेळ कुणीतरी शोधून काढला होता. म्हणजे, पकडापकडीचा खेळ. 'आ दा टिंग लिंगदा' म्हणजे 'ये मला पकड!'

माझा मुलगा शाळेतून आल्यावर एकदा म्हणाला, 'रस्त्यात खूप हाणमार झाली', म्हणजे मारामारी झाली. त्यांच्या शाळेतला एक मुलगा फार 'खच्चड' आहे, असं ते म्हणतात. म्हणजे तो फार हट्टी आहे. त्यांचं जेवण 'पेटफाडू' असतं, म्हणजे भरपेट.

लहान मुलं फार सुंदर बोलतात. कुठलाही भाषिक भेदाभेद न करता मजेदार शब्द तयार करतात. वर्गात मोठ्याने रडणाऱ्या पोरीला ते 'गळाफाडू' म्हणतात. शांत बसणाऱ्या लेकराला 'बापूजी' म्हणतात. भाषातज्ज्ञ म्हणतील कदाचित, की ही मुलं भाषेचा मुडदा पाडत आहेत. पण मला वाटतं की, ती मुडदा होऊ पाहत असलेल्या भाषेला अशा नवनवीन शब्दप्रयोगांनी नवसंजीवनी देत आहेत.

•••

हरएऽऽऽक मालवालाऽ

मोठमोठ्या शहरांमधून आजकाल मॉल्सची संख्या खूप वाढली आहे. अगदी निम्न मध्यमवर्गातील व्यक्तीसुद्धा खरेदीसाठी मॉलला पसंती देताना दिसतात. ग्रामीण भागात आठवड्यातून एक दिवस बाजार भरतो. एरवी काही घ्यायचं असेल तर बाजारपेठेत इतर दुकाने असतात. गावापासून दूर राहत असलेल्या स्त्रियांना मात्र गावात जाणं सहज शक्य नसतं, रस्ते चांगले नसतात, वाहनं उपलब्ध नसतात. अशा महिलावर्गाचा सच्चा मित्र म्हणजे 'हरएक मालवाला'.

चारचाकी हातगाडीवर बांगडीपासून बादलीपर्यंत सर्व वस्तू रचून गल्लीगल्लीत, वस्तीवस्तीत फिरणारा 'फिरस्ता मॉलवाला' म्हणजे हरएक मालवाला! चहाची गाळणी, पाणी गाळायचं गाळणं, परकराच्या नाड्या, मोरण्या, तोरणं, खेळणी, लहान-लहान भांडी, उन्हाळ्यात वापरायचा हातपंखा, रॉकेलची नरसाळी, पिठाच्या चाळण्या, पोती, मणी, सुया-दोरे, माळा, बकलं, आरसे, चिमण्या, करदोटे, घासण्या, चोखण्या, रबरं, पदकं, खडे... काय अन् काय... त्याच्या चार बाय तीनच्या हातगाडीवर इतक्या आदबशीरपणे वस्तू रचलेल्या असतात, की सगळ्या वस्तू सहज नजरेत भरल्या पाहिजेत.

एखादी गृहिणी जशी स्वयंपाकघरातल्या वस्तू सुबकपणे लावते, त्याच कुशलतेने हरएक मालवाला आपली गाडी सजवतो. गाडीवर ठेवलेल्या मालाव्यतिरिक्त लाकडी धोपटण्या, चांदणीच्या आकाराची हँगर्स, माठाखाली ठेवायच्या तिवया अशा जाडजूड वस्तू गाडीच्या खाली एक सामानाचा कप्पा

असतो, त्यात ठेवलेल्या असतात.

एक जोरदार हाक 'हरएऽऽऽक मालवालाऽ' हा आवाज कानांवर पडला की बायकांना गरजेच्या वस्तू पटापट आठवू लागतात. पैशाची पर्स घेऊन वेटाळातल्या (गल्लीतल्या) बाया त्याच्याभोवती जमा होतात. एखाद्या नव्या नवरीला नाजूक खड्याचं पदकवालं मंगळसूत्र पाहिजे असतं, तर एखादीला चंद्रकोरीच्या टिकल्या. एखादीच्या मागणीची वस्तू नसेल तर हरएक मालवाला पुढच्या चकरीला नक्की आठवणीने घेऊन येतो.

मेंदीचा कोन, हळदीकुंकवाची कोयरी, खराटा, उदबत्तीचं घर, पंचपाळं असल्या गोष्टींचं महत्त्व पुरुषांना समजत नाही; कारण याच्यावाचून त्यांचं काहीच अडत नाही. परंतु मोरी घासायला ब्रश किंवा भांड्याची घासणी नसली तर किती पंचाईत होते, ते बायकांनाच समजतं. या गोष्टी फालतू वाटत असल्यामुळे पुरुष बाजारातून आणून देत नाहीत. मग बायकांना आठवतो आपला सच्चा दोस्त! या असल्या सगळ्या वस्तू घरपोच आणून देणारा – हरएक मालवाला.

आपण पाच रुपयांच्या टिकल्या घ्यायला गेलो तरी फक्त तेवढ्याच घेऊ याची शाश्वती नसते. माल पाहताना नवीन काहीतरी आवडतं, शेजारणीने घेतलेली एखादी वस्तू आपल्यालाही हवीशी वाटते. मग सारं काही घेतलं जातं.

हरएक मालवाला एखादं कानातलं, गळ्यातलं घालून पाहायला सांगतो. पटकन आरसा समोर धरतो. अन् आपल्या सावळ्या चेहऱ्यावरची उठावदार जांभळी टिकली, मिन्याचं कानातलं, नाकात झकाक चमकणारा पांढरा खडा अन् गळ्यातला मोत्याचा नाजूक सर... आम्ही बायका सुंदर दिसण्याची एक तरी संधी सोडू काय!

नवरा म्हणतो, 'फालतू काहीही घेत बसू नको. गरजेचं काय ते घे.' आता यांना काय सांगावं, की सुंदर दिसणं हीच आमची गरज आहे आणि हौसेला मोल नसतं हे हरएक मालवाल्याला बरोबर माहीत आहे.

•••

शिकली-सवरलेली बाई...

मी बऱ्यापैकी नीटनेटकी राहते. शुद्ध भाषा बोलते. गावात कुणाशी भांडणतंटा नाही. परिसरातले सगळे मला शिकली-सवरलेली बाई म्हणून ओळखतात. आतली गोष्ट मात्र वेगळीच आहे. गावातल्या आणि खेड्यावरच्या लिहिता-वाचतासुद्धा न येणाऱ्या अनेक बायका माझ्यापेक्षा कैक पटीने हुशार आहेत.

मी आयुष्यात अनेक गोंधळ घालून ठेवलेले आहेत. मी एखाद्या मोठ्या इमारतीत जाते तेव्हा प्रत्येक वेळी ज्या रस्त्याने आत आले आहे त्याच्या विरुद्ध बाजूने बाहेर पडते. कुठल्या जिन्याने किंवा वाटेने आलो ते मला कधीच आठवत नाही. काम झाल्यावर बाहेर पडताना दिशा चुकल्यामुळे मी तिथे बराच वेळ चक्रव्यूहात फसल्यासारखी गरागरा फिरत बसते. शेवटी कुणालातरी बाहेर जाण्याचा रस्ता विचारते आणि बाहेर पडल्यानंतर मला 'हुश्श!' होतं.

लोकांची मदत घेऊन स्वतःचा मार्ग शोधण्यात गैर काहीच नाही. पण मी एखादा बरोबर चालला असेल तर त्यालाही विश्वासात घेऊन चुकवते, हे माझं खास कौशल्य आहे! माझा गरीब चेहरा पाहून लोकांचा माझ्यावर पटकन विश्वास बसतो. मग मी त्यांना हमखास चुकीचा रस्ता दाखवते. ज्या साध्या इमारतीत मी वारंवार जाते तिथेसुद्धा मला बाहेर पडायचा रस्ता दर वेळी सापडेल याची खात्री देता येत नाही.

एकदा मैत्रीण मला म्हणाली, "अग, खूप सोपं आहे याचं सोल्युशन! तुला ज्या दिशेनं जावं वाटतं त्याच्या विरुद्ध दिशेनं बाहेर पडत जा, म्हणजे चुकणार नाहीस."

पण मला जी दिशा त्या क्षणी योग्य वाटते त्यावर माझा मेंदू ठाम असतो. तो मला चुकीच्या दिशेला, खरं तर योग्य दिशेला जाऊच देत नाही, ही खरी पंचाईत आहे!

मी चेहऱ्यावरून माणसं ओळखते. त्यांची नावं माझ्या कधीच लक्षात राहत नाहीत. 'ओळखलंत का?' असं विचारणाऱ्या लोकांचा मला भयंकर राग येतो. कारण असं विचारणाऱ्याला मी कधीच ओळखत नाही. मोठी पंचाईत करतात असली माणसं! 'हो ओळखलं की!' असं मी कधीच म्हणू शकत नाही. अशा प्रसंगी चेहऱ्यावरचा तद्दन बावळटपणा झाकायचा कितीही प्रयत्न केला तरी समोरचा कधीच फसत नाही.

मला रस्त्याने जाताना बाजूच्या मंदिरातल्या देवांना कपाळाला हात लावून नमस्कार करत जायची सवय आहे. कधी-कधी मंदिर मागे गेल्यावर मला उडता नमस्कार करायची आठवण येते. मग मी परमेश्वर चराचरांत वसलेला आहे या न्यायाने त्या दिशेला थोडंसं बघून हात कपाळाला लावून थोडीशी मान झुकवते. देव बरोबर पाहत असतो, यावर माझा विश्वास आहे. छोटासा शेंदरी दगड दिसला तरी मी नमस्कार केल्याशिवाय जात नाही.

एकदा मंदिर मागे पडल्यावर मला देवाची आठवण आली. मी पटकन गाडी स्लो करून हात कपाळाकडे नेला आणि मान झुकवली. मी जिकडं बघत मनोभावे नमस्कार केला तिथे नेमकं भाजीवाल्याचं दुकान होतं. तोही नेमका माझ्याच दिशेनं पाहत होता. एवढी शिकली-सवरलेली बाई इतका अदबीने नमस्कार करतेय म्हटल्यावर त्यानेही मोठ्या आदराने प्रतिनमस्कार घातला.

'अरे माझ्या कर्मा!' त्याला वाटलं असावं, मला भाजी घ्यायचीय की काय! 'धा रुपय, धा रुपय, धा रुपय...' तो मोठ्यामोठ्याने ओरडू लागला.

एकदा बिघडलेला मोबाईल दुरुस्त करण्यासाठी मी दुकानात गेले. गाडी झाडाखाली लावली. कुठल्या नादात होते कोण जाणे! दुकानाच्या पाट्या वाचत वाचत चालले. दुकानात शिरले आणि तिथल्या माणसाला म्हटलं, 'मोबाईल दुरुस्त करायचाय.' क्षणभर त्याने मला आपादमस्तक न्याहाळलं... मग दोन दुकानं सोडून पलीकडच्या दुकानाकडे बोट करत तो म्हणाला, 'ते पलीकडचं दुकान.' मग मी नीट पाहिलं, त्याच्या हातात पाना होता. दुकानासमोर दोन-तीन

दुचाक्या उभ्या होत्या. तो मेकॅनिक होता. मी दुकानावरची पाटी वाचली – 'ऑटो मोबाईल सेंटर'. मी फक्त मधलं मोबाईल एवढंच वाचलं होतं. मागचे-पुढचे शब्द वाचायची तसदीच घेतली नव्हती. 'चांगली शिकली-सवरलेली बाई दिसती... च्यामारी यडीय का काय!' असा भाव मला त्याच्या नजरेत स्पष्ट दिसला.

माझा मुलगा प्राथमिक शाळेत असताना त्याला शाळेत आणणं-नेणं माझ्याकडे असायचं. शाळा घरापासून सहा-सात किलोमीटर लांब. मी नेहमी येता-जाता शॉर्टकट शोधत राहायची. एकदा कळंब रोडकडून भोशाकडे येणारा शॉर्टकट धरला. बराच वेळ फिरले तरी मेन रोड लागेना. नवनवीन वस्त्या लागत राहिल्या. एके ठिकाणी अचानक खोल नदीच समोर आली. रस्ता कुठेच दिसेना. (तो भोसा ग्रामपंचायतीच्या मागचा खोल नाला आहे. भीतीमुळे मला ती नदीच वाटली होती.) मग घाबरून गाडी थांबवली. 'भोशाची शाळा कुठे आहे?' म्हणून विचारलं. त्याने हाताने दिशा दाखवली. परत गाडी सुरू. बराच वेळ गेला तरी शाळा येईना. मग गाडी बाजूला लावली. एका झाडाजवळ दोन-तीन बायका उभ्या दिसल्या. नेहमीप्रमाणेच बावळट तोंड करून 'भोसा कुठंय?' असं त्यांना विचारलं.

त्या म्हणाल्या, "हेच भोसाय. तुम्हांला कुणाकडे जायचं?"

मी म्हटलं, "खंडेराव सरांचं घर कुठं आहे?"

माझा आवाज ऐकून एक बाई झोपडीबाहेर आली. ती आमच्या शेजाऱ्यांकडे कामाला येणारी बाई होती. स्वतःच्याच घराचा पत्ता मी दुसऱ्या बायकांना विचारत आहे हे तिला कळलं. ती विचित्र तोंड करून हसली. पण शिकल्या-सवरल्या बाईला एकदम कसं बोलायचं तिला काहीच कळेना!

"काय झालं, मॅडम? कुठं जायचंय?" तिने विचारलं.

मी म्हटलं, "बनाबाई, मला आमचं घर कुठं आहे कळत नाही. मी या रस्त्यानं कधीच आले नाही. मला मेन रोडला कसं जायचं सांगा बरं! मी केव्हाची इथल्याइथंच फिरतेय." मग मी रस्ता चुकून उलट दिशेला आल्याचं तिच्या खरोखर लक्षात आलं. तिने पुढे होऊन मला योग्य मार्ग दाखवला आणि मी उशिरा का होईना, योग्य ठिकाणी (स्वतःच्याच घरी) पोहोचले. ही जी वाट चुकलेल्याला योग्य मार्गावर आणून पोहोचवतात ना, ती माणसं खरीखुरी देवदूतच असतात.

•••

तिथे राम आहे...

वाल्या कोळी नावाचा एक क्रूर दरोडेखोर होता. मोठा दुष्ट आणि बेडर. जंगलातल्या वाटेने येणाऱ्या-जाणाऱ्या वाटसरूंना लुटायचं आणि मारून टाकायचं हा त्याचा धंदा. एकदा या वाटेने नारदमुनी चालत आले. झाडावर लपलेल्या वाल्याने धपकन उडी मारून त्यांची वाट अडवली. ''तुझ्याकडे जे काही असेल ते दे!'' म्हणाला. नारदमुनी प्रसन्न हसले. ते म्हणाले, ''माझ्याकडे रामनाम आहे, देऊ का?''

उत्तर ऐकून वाल्या बिथरला. जिवाच्या भयाने गयावया करणारी असंख्य माणसे त्याने पाहिली होती. आणि हा तंबोरा गळ्यात अडकवलेला गोसावडा खुशाल हसत होता. 'रामनाम देऊ काय?' म्हणून विचारत होता. वाल्या संतापला. नारदमुनींना ठार मारण्याची धमकी देऊ लागला. ''बऱ्या बोलानं जे काय असेल ते दे!'' म्हणून धमकावू लागला.

नारदमुनींनी त्याला प्रश्न विचारला. ''ही चोरीमारी, दरोडेखोरी तू कुणासाठी करत आहेस?''

''माझ्या बायकापोरांसाठी... त्यांचं पोट भरण्यासाठी... त्यांना सुखी करण्यासाठी...'' वाल्या म्हणाला.

''तू काय करून त्यांचं पोट भरत आहेस हे त्यांना माहीत आहे का?'' नारदमुनींनी विचारले.

''हो, त्यांना सगळं माहीत आहे.''

''तू माणसं मारून कमाई करतोस हे त्यांना आवडतं का?''

''यात त्यांच्या आवडायचा प्रश्नच येत नाही. हे सगळं मी त्यांच्या भल्यासाठीच तर करतोय.''

''पण हे पाप आहे. ज्यांच्या भल्यासाठी तू हे पाप करतो आहेस ते या पापात तुझे वाटेकरी होतील का? तुझं पाप वाटून घेतील का?'' वाल्या गोंधळून गेला. त्याला उत्तर सुचेना. नारदमुनी म्हणाले, ''जा घरी जाऊन तुझ्या बायकोला विचारून ये, की घराच्या उदरनिर्वाहाकरिता केलेल्या पापात तू सहभागी होशील का? माझ्या वाट्याचं पाप तू घेशील का?''

वाल्या म्हणाला, ''का नाही घेणार! ती नक्की माझं पाप वाटून घेईल. बायको आहे ती माझी. तीच काय माझी लाडकी पोरंसुद्धा मोठ्या आनंदानं माझ्या पापाचा भार उचलतील. त्यांच्या सुखासाठीच तर मी हे सगळं करत आहे.''

''जा तर मग घरी... आणि ये त्यांना हे सगळं विचारून.''

''मी घरी गेलो की तू इथून पळून जाशील. मी एवढा मूर्ख आहे की काय?''

''नाही. मी कुठेही पळून जाणार नाही, कारण मी तुला अजिबात घाबरत नाही. तू निःशंकपणे विचारून ये.''

नारदमुनींनी तिथेच झाडाखाली बैठक मारली. ते इतक्या शांतपणे बसलेले पाहून, ते इथून पळून जाणार नाहीत अशी वाल्याचीसुद्धा खात्री झाली. हा मुनी आपल्याशी इतका शांतपणाने बोलतोय हे पाहून, हा आपल्याला भीत नाही हे त्याच्या लक्षात आलं होतं आणि याच कारणाने त्याचा माथा ठणकला होता. हातातली फरशी खांद्यावर टाकून ताडताड पावलं टाकत तो नारदमुनींनी विचारलेले प्रश्न डोक्यात घेऊन घरी गेला.

जाताना ताडताड पावलं टाकत मोठ्या त्वेषाने घरी गेलेला वाल्या परत येताना मात्र पुरता गळून गेला होता. नारदमुनी शांत चित्ताने त्याची वाट पाहत बसले होते. वाल्याचं तोंड पाहूनच त्यांना सर्व काही समजलं. वाल्याचा जोश उतरला होता. किती माणसं लुटली, किती नागवली, किती जीव घेतले, किती तडफडून मेले..., त्याच्याच्याने हिशेब केला जाईना. हातातली फरशी खाली टाकून त्याने हताशपणे खाली बसकण मारली.

नारदमुनींनी त्याची गलितगात्र अवस्था ओळखली. त्याला उपदेश केला. या मोहमायेतून बाहेर पडण्याचा मार्ग सांगितला. वाल्याने तो ऐकला. त्याचा उद्धार

झाला. वाल्याचा वाल्मिकी झाला. त्याने रामायणाची अद्‌भुत रचना केली.

तात्पर्य काय? तर, वाल्याचा वाल्मिकी होण्यासाठी एका नारदमुनींची गरज असते. एखाद्याला योग्य मार्ग दाखवणाऱ्याचं तेज, तप, वाणी, वर्तन आणि अधिकार मोठा असावा लागतो. मनुष्याचं परिवर्तन होणं ही एकुणातच साधी गोष्ट नाही. परिवर्तनाची संधी मिळणं, ती ओळखणं आणि तिचा योग्य वापर करणं ही घटनासुद्धा दुर्मीळच असते.

आज साम-दाम-दंड-भेद याच्याही पलीकडे जाऊन मनुष्य अर्जनाच्या पाठी पळत आहे. काय अर्जन करत आहे आणि कशासाठी याचं भान हरपलं आहे. माझ्या कमावण्याच्या लालसेपोटी कुणी नाडला जाईल, कुणी पिडला जाईल, कशाचाच त्याला विधिनिषेध उरलेला नाही.

एका-एका सीटसाठी कोट्यवधींची फी मागणारे धनदांडगे शिक्षणमहर्षी असोत, दोनशेचं इंजेक्शन दहा हजाराला सांगणारे डॉक्टर असोत की प्रत्येक गरजेच्या वस्तूचा काळा बाजार करणारे व्यापारी असोत; सर्व जण संधीचा गैरफायदा घ्यायला शिकारी प्राण्याप्रमाणे टपून बसले आहेत. लालसेची लाळ गाळत आपल्या कुरूपतेचं बीभत्स प्रदर्शन करताना त्यांना स्वतःच्या ज्ञानाची किंवा मनुष्यपणाची अजिबात चाड वाटत नाही. सामान्य माणसाचं जगणं यांनी भयावह करून सोडलं आहे. यांच्या अमानवी वर्तनाचे किस्से ऐकून मानवतेचा थरकाप उडत आहे.

स्वतःच्या बायकापोरांसाठी, घरादारासाठी, चरितार्थासाठी कमावणं हा पुरुषार्थ आहे. धर्म, अर्थ, काम, मोक्ष या चतुःसूत्रीत अर्थार्जन हा द्वितीय पुरुषार्थ मानलेला आहे. हे अर्थार्जन सन्मार्गाने केलं नसेल तर ज्यांच्यासाठी करत आहोत त्यांच्या भविष्यावर याचा किती विपरीत आणि भयप्रद परिणाम होऊ शकतो, याचा पळभर थांबून विचार केला पाहिजे. रामाचं नाव घेण्याआधी वाचेचं शुद्धीकरण होणं अती आवश्यक आहे. वाचेची शुद्धी करायची असेल तर कर्माचं शुद्धीकरण होणं आवश्यक आहे. कारण कर्म हेच जिवाला गती देणारं एकमेव इंधन आहे.

संकल्प केला पाहिजे वाचाशुद्धीचा!
संकल्प केला पाहिजे कर्मशुद्धीचा!
संकल्प केला पाहिजे विवेकशुद्धीचा!
खरं काम आहे, तिथं राम आहे!
बस! कामातला राम शोधता आला पाहिजे.

•••

खजिना

मी पाचवी-सहावीत असेन. आईची बदली एका लहानशा खेड्यात झाली होती. आम्ही ज्या घरात राहत होतो ते नदीकाठाजवळ होतं. आम्ही वरच्या मजल्यावर राहत होतो. जिन्याने खाली उतरलं की पाचव्या मिनिटाला नदी. मला नदीचं खूप आकर्षण होतं. वाईट गोष्ट अशी की, या नदीचं पात्र खूप उथळ असल्याने तिला वर्षभर पाणी राहत नसे.

पावसाळ्यात तुडुंब भरलेल्या नदीत हिवाळ्यात फक्त खोलगट भागातच पाणी जमून राहायचं. पहाटे त्या पाण्यावर वाफा आणि धुकं दिसायचं. एका उंचवट्यापाशी नदी दुभंगली होती. त्या टेकाडावर महादेवाचं मंदिर होतं. हिवाळ्यात पहाटे नदीवर जाऊन मी अनेक वेळा नदीतलं पाणी तांब्यातांब्याने पिंडीवर नेऊन ओतलं आहे.

फार छान वाटायचं.

तर, अशी ही लहानशी नदी. जून महिन्यात आई नवीन शाळेवर रुजू झाली. आमची नावं नव्या शाळेत घातली गेली. घरून शाळेकडे जायला तीन-चार रस्ते होते. त्यातला एक रस्ता नदीतून जाई. पण आम्ही तो फार कमी वेळा वापरायचो.

पावसाळ्यात कधी-कधी या उथळ नदीला तुफान पूर येई. गडद चहाच्या रंगाचं दाट फेसाळतं पाणी गरगरत वाहत येई. संध्याकाळी शाळा सुटली की दप्तरं घरी भिरकावून आम्ही पूर पाहायला पळायचो. वेशीबाहेर दोन्ही बाजूला मारुतीची दोन देवळं होती. डाव्या बाजूच्या देवळाच्या पायरीला पाणी लागलं की तो मोठा पूर मानला जाई. त्या पाण्यातून वाट काढत आम्ही पायऱ्या चढून वर

जायचो. नदीच्या दिशेने देवळाला लाकडी कठडे बसवलेले होते. गर्दीतून वाट काढत या कठड्यांपर्यंत गेल्याशिवाय पुराचं संपूर्ण दर्शन व्हायचं नाही. मग दादा-बाबा करत कसंतरी पुढे घुसावं लागायचं. ते कठडे मुठीत धरून पूर पाहताना फार मजा वाटायची. गरगरत्या पाण्याचं बेफाट सौंदर्य मनावर गारुड करायचं. डोळे गरगरायचे. कितीही वेळ ते पाणी पाहिलं तरी मन भरत नसे. पट्टीची पोहणारी मंडळी तसल्या रोरावत्या पाण्यात उड्या टाकून वाहत आलेल्या वस्तू वर काढत. पत्रे, खाटली, ड्रम काहीही वाहत यायचं. ही मंडळी जमेल तितकं सामान ओढून बाहेर काढून देवळात आणून ठेवायची.

एके दिवशी सकाळी दहा-साडेदहाच्या दरम्यान मी नदीच्या वाटेने शाळेकडे निघाले. रात्रभर पाऊस पडून गेला होता. आता लख्ख ऊन पडलं होतं. हवा थंडगार अन् वरून सुखद कोवळं ऊन! मी नदीच्या काठाकाठाने चालत होते. पाणी नदीपात्राच्या मध्यभागातून वाहत होतं. काठ उघडे पडलेले होते. नदीकाठच्या वाळूत असंख्य रंगीबेरंगी गारगोट्या उन्हात लखलखत होत्या. मी कधी त्या वाळूत चमचमणाऱ्या खजिन्याच्या मोहजालात सापडले मलाच कळलं नाही. चमकणारे दगड उचलून खिशात टाकायला सुरुवात केली. एक-दोन-तीन... स्कर्टचा खिसा भरून गेला. खिशातून ओलेत्या दगडातलं पाणी निथळायला लागलं. मग मी स्कर्टच्या ओच्यात दगड भरू लागले. चमकणारी प्रत्येक गारगोटी मला खुणावत होती. एक उचलेपर्यंत दुसरी डोळे मिचकवायला लागायची. मग काय... मी पुरती हरखून गेले होते! दगडांनी स्कर्ट जड झाला होता.

अचानक शाळेची आठवण झाली. वाळू चिकटलेले ओले पाय उचलत कशीबशी शाळा गाठली. सगळ्या गारगोट्या बेंचमध्ये भरून ठेवल्या. अंग थंड पडलं होतं; पण एका चमचमत्या अद्‌भुत दुनियेची सैर करून आल्यासारखं वाटत होतं. मधल्या सुट्टीत मी चिचिला ही सगळी गंमत दाखवली. चिचि म्हणजे चित्रा चिकटे. आम्ही लाडाने तिला चिचि म्हणायचो. तो रंगीबेरंगी खजिना पाहून चिचिसुद्धा वेडी झाली. उद्या सकाळी या अनोख्या विश्वात येण्याचं तिने मान्य केलं. त्या बदल्यात काही गोटे मी नाइलाजाने तिला दिले.

दुसऱ्या दिवशी सकाळी लवकरच तयार होऊन आम्ही दोघी नदीवर गेलो. वारा पिता येईल इतक्या आम्ही दोघीही हुरळल्या होतो. चिचिचं घर नदीपासून लांब

होतं. कुणाला काही न सांगता ती माझ्याकडे आली होती. मी आणि चिचि नदीत घुसलो. पाण्यात हात घालून-घालून दगडं शोधू लागलो. निळे, हिरवे, तपकिरी, लाल, पिवळे असंख्य गोटे पाहिले. त्यातून कितीतरी शोभिवंत दगड जमा करत करत आम्ही नदीच्या दुसऱ्या टोकाला येऊन पोहोचलो. आम्ही शाळा विसरून गेलो होतो. चमकते दगड जी दिशा दाखवतील तिकडं भरकटत चाललो होतो.

दुपारी बारा वाजता कशाबशा भानावर आलो. शाळा हुकली होती. पायाखाली थंडगार वाहतं पाणी आणि डोक्यावरचं सुकुमार जादुई ऊन! खळखळ वाहत्या नदीने आम्हांला पुरतं झपाटून टाकलं होतं.

काळवेळाचं भान उरलं नव्हतं. त्या स्वप्नकोवळ्या दुपारी अंगाखांद्यांवर हा मोहमयी रंगीन खजिना घेऊन आम्ही घर गाठलं. आईच्या रट्ट्यांचं काहीच वाटलं नाही. मी मोठ्या लाकडी टेबलाच्या खणात सगळ्या गारगोट्या जपून भरून ठेवल्या. किती आकार... किती प्रकार! वाहत्या पाण्यासोबत जमिनीशी घासून अंगी आलेला सुबक गुळगुळीतपणा! काही दगडांना आरपार छिद्र होती. त्यात काळा रेशमी गोफ ओवून मी त्यांच्या माळा बनवल्या होत्या. हे अनमोल धन पुढे मी अनेक वर्षं सांभाळून ठेवलं होतं.

अनेक पावसाळे आले. मनाच्या पुलाखालून वाहून गेले. माझे दगडही हरवून गेले. कालच्या पावसानंतर आज अचानक घराबाहेर पडलेल्या वाळूत तोंड वर काढून डोळे मिचकावणारे हे कोवळे दगड मला दिसले. जुन्या आठवणी जाग्या झाल्या. हातातलं काम टाकून मी दगड वेचले. स्वच्छ धुऊन या गोजिरवाण्या चिमुरड्यांचे फोटो काढले. परत एकदा माझा निरागस खजिना माझ्या मनाच्या ओंजळीत येऊन पडला.

•••

गाण्यांऐवजी पाढे का वाजवू नयेत!

भारतातील गावागावांमध्ये अनेक लहानमोठी मंदिरे आहेत. वेगवेगळ्या देवी-देवतांच्या या मंदिरांमध्ये वर्षानुवर्षे वेगवेगळे उत्सव साजरे केले जातात. परिसरातील वेगवेगळ्या जातिधर्मांचे लोक अत्यंत उत्साहाने या उत्सवांमध्ये सामील होत असतात. विशिष्ट प्रदेशातील उत्सव साजरे करण्याच्या विशिष्ट पद्धती आहेत. तिथली यात्रा-आरती-प्रसाद आणि इतर वेगवेगळ्या परंपरा आजही लोक तितक्याच भक्तिभावाने साजऱ्या करतात. या सण आणि उत्सवांच्या निमित्ताने गावातील सर्व धर्मीय मंडळी आनंदाने एकत्र येतात. एकत्र काम करतात आणि एकत्र जेवतात.

महाराष्ट्रातील मंदिरांमध्ये आणि लहानमोठ्या देवळांमध्ये साजरे होणारे उत्सव ग्रामीण लोकांना एकत्र येण्याची आणि आनंदाने वेळ घालवण्याची एक उत्तम संधी देतात. या उत्सवांमुळे समाजातील एकोपा वाढायला मदत होते.

या सर्व उत्सवांचे आणखी एक वैशिष्ट्य म्हणजे, विविध उत्सवांच्या वेळी गायली जाणारी मराठी भाषेतील भजने, लोकगीते आणि सुरेल व अर्थपूर्ण भक्तिगीते. यातल्या अनेक रचना महाराष्ट्रातल्या थोर संतांनी रचलेल्या आहेत, तर काही लोकगीते मौखिक परंपरेने चालत आलेली आहेत. या भजनांमधला अर्थ, त्यातले काव्य आणि त्यातून केले जाणारे प्रबोधन आजही तितकेच रसरशीत आहे. उत्सवाच्या निमित्ताने या प्रासादिक रचनांचा पारंपरिक चालीत आनंद घेणे ही भाविकांसाठी एक पर्वणीच असते. भक्तिपरंपरेतील या रचनांमधून समाजाला

ईश्वर आणि मनुष्याच्या गहन, गूढ नात्यातील अनेक सुंदर पैलू अत्यंत सोप्या आणि रसाळ भाषेत उलगडून दाखवलेले आहेत.

ज्ञानेश्वर-तुकाराम-एकनाथ-नामदेव-रामदास या संतांबरोबरच जनाबाई-सोयराबाई-चोखामेळा आणि कितीतरी संतांच्या अनमोल रचना हे खरेतर महाराष्ट्रातील धार्मिक उत्सवांचे मौल्यवान लेणे आहे. कालपर्यंत मराठी माणसाने काळजाच्या शिसवी पेटीत ही लेणी सांभाळून ठेवली होती.

आजकाल मात्र काहीतरी चुकल्यासारखे वाटत आहे.

बदलत्या तंत्रज्ञानासोबत मंदिरांच्या डोक्यावर स्पीकरचे मुकुट येऊन बसले. या स्पीकर्समुळे सीडीज आणि रेडिमेड गाणी वाजवण्याचे प्रस्थ वाढले. मंदिरातील सुरेल हार्मोनियम, पखवाज, तबला, टाळ, मृदंग, घुंगरू आणि चिपळ्या ही पारंपरिक वाद्ये काळाच्या पडद्याआड हरवली. जत्रा-यात्रांमधून अंग घामाने न्हाईपर्यंत लेझीम खेळणारे गावकरी दिसेनासे झाले. गोड मराठी भाषेत गायली जाणारी अवीट गोडीची लोकगीते हरपली.

रामनवमीच्या वेळी संध्याकाळी स्पीकरवर भीमसेन जोशी, लता-आशा-उषा मंगेशकर, सुधीर फडके, प्रभाकर कारेकर, कुमार गंधर्व, राणी वर्मा अशा कितीतरी दिग्गजांचे स्वर कानी पडायचे. रामनवमीच्या सोहळ्यासोबत सुधीर फडक्यांच्या आवाजातले सुमधुर गीतरामायण अशी सांगडच घातलेली होती. भिजवलेली हरभऱ्याची डाळ आणि टरबुजासोबत 'राम जन्मला ग सखी राम जन्मला...' असे ऐकले की उत्सव साजरा झाल्यासारखे वाटायचे.

हनुमान जयंतीच्या दिवशी ओवा आणि सुंठ-साखरेच्या प्रसादासोबत 'अंजनीच्या सुता, तुला रामाचं वरदान....' हे महेंद्र कपूर यांच्या आवाजातील थरारक गीत ऐकले तरच हनुमानाचा जन्म झाल्यासारखे वाटायचे. अशी अनेक उत्सवांची आणि लोकगीतांची जोड घातलेली होती. दर दहा कोसांवरच्या गावात साजऱ्या होणाऱ्या लोकदैवताच्या उत्सवात विशिष्ट गाणी गायली जायची. त्या गाण्यांना मातीचा गंध आणि उन्हाची चमक होती. पाटातून वाहणाऱ्या नितळ पाण्याचा ताजेपणा होता.

आजकाल हिंदी प्रदेशातील लोकांनी 'जगराता' नावाचा प्रकार महाराष्ट्रात आणला. जगराता म्हणजे जागरण. त्याला जम्मा जागरण असेही म्हटले जाते. यात

अत्यंत छचोर आवाजात मोठमोठ्याने बेताल गाणी गायली जातात.

या जगरात्यातली गाणी ही सिनेमातल्या गाण्यांसारखी उडत्या चालीची किंवा सिनेमातील गाण्याच्या चालीवर आधारलेली हिंदी गाणी असतात. कित्येकदा यातले शब्द आणि गाणी दोन्हीही बीभत्स असतात. यातली काही गाणी धार्मिक द्वेष उत्पन्न करणारीसुद्धा आहेत. भक्तीच्या नावाखाली नफरतीचे बीज पेरणारी आणि हैदोस घालणारी असली उन्मादक गाणी ऐकून मनाला अत्यंत दुःख होते. आमच्या येणाऱ्या पिढीच्या कानांवर मराठीतली सुमधुर भक्तिगीते पडण्यासाठी मंदिरांची मदत होत होती, तीच आता या जगरात्याने संपुष्टात आणली आहे. या हिंदी गाण्यांमध्ये कुठेही भक्ती किंवा गोडवा नसतो. भक्तीच्या नावाखाली अत्यंत उडाणटप्पू संगीत आणि गाणी वाजवली जातात. या गाण्यांचा आवाजही मर्यादेपलीकडे मोठा ठेवला जातो आणि लोकांना छळले जाते.

लोकांची अभिरुची हीनत्वाकडे नेणाऱ्या या तथाकथित भक्तिगीतांचा अक्षरशः वीट आला आहे. परवा माझा मुलगा मला म्हणाला, ''मम्मी, या गाण्यांऐवजी स्पीकरवर पाढे वाजवले तर विद्यार्थ्यांचे पाठ तरी होऊन जातील!''

महाराष्ट्राच्या निर्मळ भक्तिभावनेत वासना आणि व्यसनाचे विष कालवणाऱ्या या गाण्यांऐवजी खरोखर बेचे पाढे का वाजवू नयेत!

•••

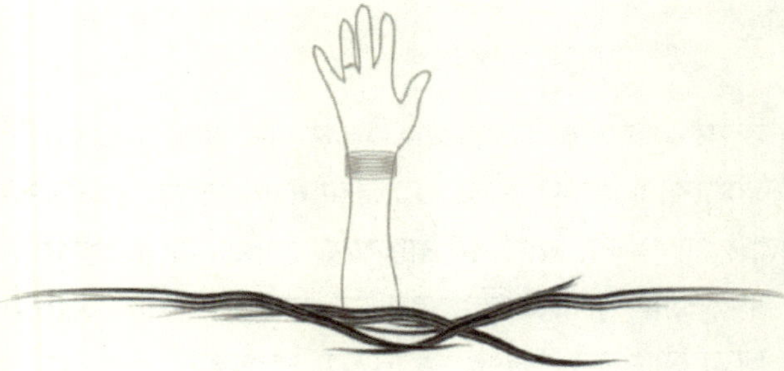

जोहाराचा क्रूर खिळा

पिढ्यान् पिढ्या बाईचं शरीर हा गोपनीय दस्तऐवज मानला गेला आहे. ते सात पडद्यांआड ठेवलं तरच सुरक्षित राहील हा विचार आमच्या मनावर पक्का बिंबवला गेला आहे. ते असुरक्षित कुणापासून? तर पुरुषांपासून. पण तिचा रक्षणकर्ताही पुरुषच आहे, असला दुतोंडी विचार समाजमनावर ठासून पुरुषप्रधान संस्कृतीने बाईचं जगणं गुंतागुंतीचं करून टाकलं आहे. 'बाई ही क्षणाची पत्नी तर अनंतकाळची माता' हे सांगणाऱ्या विद्वानाने माता होण्यासाठी आधी ती अनंतकाळची मादी असते याकडे साफ दुर्लक्ष केलं आहे. मादीपणाला मातृत्वाचं नैसर्गिक वरदान आहे; पण निसर्गनियमानुसार मातासुद्धा पूर्ण वेळ मादीच असते, हे सोईस्करपणे टाळलं आहे.

स्नायूंचा बळकटपणा ही पुरुषाची, तर स्नायूंचा लवचीकपणा ही स्त्रीची नैसर्गिक ताकद आहे. पुरुषाच्या शरीरापेक्षा स्त्रीच्या शरीराबद्दल अधिक कुतूहल असण्यामागे महत्त्वाचं कारण म्हणजे मातृतत्व. एका सजीवाच्या शरीरातून त्याच्यासारख्याच दुसऱ्या सजीवाची निर्मिती होणं हा निसर्गाचा अद्‌भुत चमत्कार आहे. हेच स्त्रीदेहाबद्दलच्या कुतूहलाचं मूलभूत कारण असलं पाहिजे. प्रजानिर्मिती करणारा देह अधिकाधिक सुरक्षित ठेवण्यासाठी त्यावर बंधनं आणली गेली असली पाहिजेत. संस्कृती उगम पावल्या आणि नामशेष झाल्या. शास्त्रं प्रगत होत गेली; पण पुरुषाला बाळ काही होऊ शकलं नाही. पुरुष अपत्याला जन्म देत असता तर कदाचित त्याचं शरीर झाकून ठेवण्याचा कल वाढला असता!

या गोष्टी निसर्गनियमांना अनुसरून घडत होत्या तिथपर्यंत सगळंच सुरळीत राहिलं असेल. परंतु स्त्रीदेहावर मालकीहक्क दाखवणारी पुरुषप्रधानता सुरू झाल्यानंतर यात विकृती शिरल्या असणार! स्वतःच्या मालकीची बाई तर माझीच; पण दुसऱ्याचीही माझीच! राणी पद्मिनीला खिलजीने आरशात पाहिले. तिला मिळवण्यासाठी युद्ध घडले. तिने जोहार केला. या घटनांनी समाजमनावर स्त्रीदेहाच्या पावित्र्याच्या कल्पनाच लादल्या नाहीत का? तिला देवी मानून निसर्गाने तिला दिलेल्या भुका मारल्या नाहीत का? पावित्र्याचं उदात्तीकरण किती? तर, तिने स्वतःचा देह नवऱ्याच्या चितेत उडी मारून जाळून घ्यावा इतकं! पत्नी मेल्यानंतर (किंवा जिवंत असतानादेखील) पतीने दुसऱ्या स्त्रीशी संबंध ठेवला तर त्याचं पावित्र्य नष्ट होत नाही, त्याची इज्जत - अब्रू जात नाही; पण पती मेल्यानंतर आपल्या देहाला परपुरुषाचा स्पर्श होऊ नये म्हणून तिने जाळूनच घ्यायचं!

या अतिरेकी पावित्र्याच्या मूर्ख कल्पनांमुळे किती भयंकर घटना घडत आल्या आहेत. मागे एकदा पंजाबमध्ये अंघोळीचे व्हिडिओ व्हायरल झाल्यामुळे आठ मुलींनी आत्महत्येचा प्रयत्न केला. हेच मुलांच्या अंघोळीचे व्हिडिओ असते तर त्यांनी जीव द्यायचा प्रयत्न केला असता का?

सांगा मुलींना... तुमच्यावर अन्याय झाला किंवा तुमची फसवणूक झाली म्हणून तुमचं पावित्र्य भंग होत नाही, अब्रू जात नाही. तुम्ही या कालबाह्य विचारांच्या बाहेर पडा. तुमचा देह कुणी पाहिला म्हणजे आभाळ कोसळलं नाही. स्वतःच्या आरोग्याची आणि चारित्र्याची काळजी जरूर घ्या; परंतु अन्याय झाला म्हणून जीव देऊ नका. पद्मिनीचा जोहार ही पावित्र्याची परिसीमा नसून तो पुरुषप्रधान व्यवस्थेचा बळी आहे. त्याचं अनुकरण करू नका.

धाडस द्या मुलींना. त्यांना उत्तम संस्कार देताना कणखर धाडस द्यायला विसरू नका. उद्या कुणीही मुलींचे कसलेही व्हिडिओ काढून व्हायरल करतील, तांत्रिक करामती वापरून मुलींचे चेहरे भरतील. मग काय जीव द्यायचा की काय मुलींनी? सावध राहा... सुरक्षित राहायला शिका... अनावश्यक कारणाने अनोळखी ठिकाणी जाऊ नका... स्वातंत्र्याचा सावधानतेने आनंद घ्या आणि सुंदर आयुष्य जगा!

•••

गोड त्या शाळा...

जिल्हा परिषदेच्या शाळा ही एके काळी ग्रामीण भागातल्या समाजव्यवस्थेत वाहणारी स्वयंपूर्ण ज्ञानगंगा होती. गावागावांत विद्यार्थ्यांच्या किलबिलाटाने बहरलेल्या जिल्हा परिषदेच्या शाळा ही ग्रामीण भागाची समृद्धी होती. शाळेवरून चाललं की समूह-स्वरातील पाढे, गाणी, प्रार्थना, कविता, लोकगीतं, श्लोक यांचा दणदणाट कानी पडायचा. गाव जागृत असल्यासारखे वाटायचे. मास्तर-मास्तरणींचा गावात दरारा असायचा. विद्यार्थ्यांचा पाया पक्का करून घेण्यासाठी मास्तरांच्या हातात सणसणीत छड्या असायच्या. बराच वेळा या छड्या टेबलावर आपटूआपटूच फुटायच्या. सकाळी साडेसातची शाळा असेल तर सात वाजताच जाडजूड पितळी घंटेवर टण-टणऽऽ टण-टणऽऽ असे लाकडी टोल मारायला सुरुवात व्हायची.

प्रत्येक महिन्याला एका शिक्षकाला ही ड्युटी दिली जायची. घंटेचा हा गंभीर ध्वनी गावभर ऐकू जायचा... आणि अजूनही अंथरुणाबाहेर न पडलेल्या पोरांना आया गोधड्या ओढून बाहेर काढायच्या.

सरकारी नियम असतील त्याप्रमाणे कधी सुखडी, कधी दूध, कधी खिचडी असे पदार्थ विद्यार्थ्यांना वाटले जायचे. ज्या दिवशी दूध वाटले जायचे त्या दिवशी शाळेजवळून जाताना दुधाचा गोड दरवळ नाकात शिरायचा. त्या काळच्या अभ्यासक्रमात गणित, सामान्यज्ञान, भाषा या पाठ्यपुस्तकांच्या जोडीने कार्यानुभव या विषयालासुद्धा खूप महत्त्व होते. १५ ऑगस्ट आणि २६ जानेवारीला

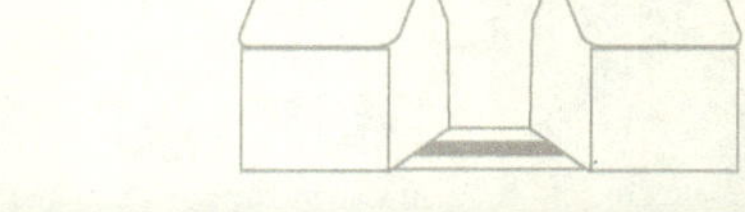

वेगवेगळ्या रंगांच्या पताका कापून त्या खळीने दोऱ्यावर चिकटवणे आणि वर्ग सजवणे ही कलाकुसरीची कामे वयाने मोठे विद्यार्थी शिक्षकांच्या बरोबरीने करत असत. मुली आणि शिक्षिका रांगोळ्या काढून शाळेच्या प्रवेशद्वाराची सजावट करत. काही लेकुरवाळ्या शिक्षिका आपली लहान बाळे सोबत घेऊन शाळेत येत.

ज्यांच्या घरी गोठा, गुरे असतील त्या मुली आठवड्यातून एकदा शाळेत शेण आणून हौसेने आपापले वर्ग सारवून काढायचे काम करत असत. पालकांनाही त्यात काही गैर वाटत नसे.

वर्षातून एकदा इन्स्पेक्शन असे. त्या वेळी शिक्षकांची आपला वर्ग सजवण्याची, नीटनेटका ठेवण्याची, त्यात वेगवेगळे शैक्षणिक तक्ते लावण्याची चढाओढ सुरू होत असे. त्रिकोणी पताकांच्या बरोबरीने वेगवेगळ्या आकारांच्या चित्रमय पताका कापून वर्ग सजवला जाई. काही शिक्षक स्वखर्चाने वर्गाला चुना मारून घेत. सगळ्या वर्गांत त्या ताज्या चुन्याचा प्रसन्न सुवास दरवळत राही.

१५ ऑगस्ट, २६ जानेवारीला अनेक पालक आवर्जून मराठी शाळेत झेंडावंदनाला येत असत. झेंड्याला सलामी द्यायला हजर राहणे हे त्यांना मोठे सन्मानाचे काम वाटे.

मुलांना मार्क कमी पडले तरी पालक शिक्षकांशी भांडत नसत. आजच्या काळात मोडकळीला आलेल्या, विद्यार्थी उडून गेलेल्या, वठलेल्या झाडासारख्या निष्पर्ण जिल्हा परिषदेच्या शाळा पाहिल्यानंतर फार वाईट वाटते. या शाळा गोरगरीब पालकांचा आधार होत्या. गरीब लेकरांच्या शिक्षणाची सोय होत्या.

ज्या शाळांनी समाजात अनेक चांगले नागरिक निर्माण केले, देशाला नेतृत्व दिले, यशस्वी उद्योजक निर्माण केले त्या शाळांची अशी डबघाईची अवस्था होण्यामागे नेमके जबाबदार कोण?

•••

एकादशी, मंगळवार आणि गुरूवार...

काल संध्याकाळी आम्ही गल्लीतल्या सगळ्या बायका फिरायला गेलो होतो. विषय निघाला व्हेज-नॉनव्हेज खाण्याचा. एक म्हणाली, ''आम्ही वर्षभर कोणत्याही दिवशी नॉनव्हेज खातो. पौर्णिमेच्या दिवशी मात्र अजिबात खात नाही. एक दिवस नाही खाल्लं तर काय होतं.''

संगीता म्हणाली, ''आम्ही १५ ऑगस्टलापण नॉनव्हेज खात नाही.''

मग मंजूताई म्हणाल्या, ''आम्ही गुरुवारी आणि सणावाराला खात नाही.''

मी म्हणाले, ''आम्ही असलं काही पाळत नाही. इच्छा होईल त्या दिवशी खातो.''

सगळ्या जणींनी माझ्याकडे अगदीच हिणकस नजरेने पाहिले. 'कसले नीच लोक आहेत कधीही काहीही खातात...' असा भाव त्यांच्या डोळ्यांत स्पष्ट दिसत होता.

गोमांस आणि बीफ खाणाऱ्यांबद्दलही काही लोक किळस व्यक्त करतात. त्यांना मला सांगावेसे वाटते की, 'रणांगणावर भुकेनं मरायची वेळ आल्यानंतर सैनिकांनी दुसऱ्या मृत सैनिकाचे मांस कापून खाल्ल्याचे काही दाखले इतिहासात सापडतात.' भूक ही नैसर्गिक भावना आहे. ती मनुष्याची असो की पशूची; ती टाळता येत नाही.

'दुसऱ्याचं हिसकावून खाणं' ही विकृती आणि 'घासातला घास देणं ही संस्कृती', इतक्या सोप्या शब्दांत विनोबांनी भुकेचा सम्यक मार्ग दाखवला आहे. त्यानंतर फेसबुकवर शिवानी दीदींचा एक व्हिडिओ पाहिला – 'कौनसा अन्न सात्विक है...' या विषयावर त्या बोलत होत्या. त्या म्हणत होत्या, 'मेरा पेट भरने के लिए किसी को pain दिया जाय तो ये खाना अच्छा कैसे होगा? इस खाने का मूल ही वेदना है...'

मग मला 'सर्वायवल ऑफ द फिटेस्ट' सांगणारा डार्विन आठवला. भारतीय दर्शनातले 'जीवो जीवस्य जीवनम्...' आठवले.

पृथ्वीवरचे मोठे प्राणी लहान प्राण्यांना खातात आणि आपली उपजीविका करतात. यातही काही प्राणी काही प्राण्यांना खातात आणि काही प्राणी त्यांना वर्ज्य आहेत. मनुष्य काही ठरावीक – बकऱ्या, कोंबड्या, तीतर-बटेर, ससे, मोर, हरीण आणि तत्सम – प्राण्यांना मनुष्य खातो. औषधी उपयोगांसाठीसुद्धा तो घोरपडीसारखे प्राणी खातो.

मनुष्य हा बुद्धिजीवी प्राणी असल्यामुळे तो आपल्या आहाराबद्दल विचार करतो. निसर्गातील इतर ताकदवान पशू मात्र त्यांच्या इच्छेनुसार आणि उपलब्धतेनुसार आहार करतात. म्हणून जंगलातल्या नियमांना जंगलराज म्हणतात. मनुष्य पशूंच्या राज्याला जंगलराज म्हणत असला तरी प्रत्यक्षात तो जंगलराजपेक्षाही खाली घसरलेला आहे. तो दुसऱ्याच्या शारीरिक वेदनेचा विचार करतो, परंतु इतर पद्धतीने दुसऱ्याला लुटताना तो फारसा विचार करत नाही.

'अन्न हे पूर्णब्रह्म' हे तत्त्व विचारात घेतले तर ताटात वाढलेले व्हेज असो किंवा नॉनव्हेज; त्यापासून आपले उदरभरण आणि भरणपोषण होणार आहे. मग मांसाहाराला निषिद्ध का समजले जाते?

नियमित मांसाहार करणारी माणसं एखादा दिवस पवित्र म्हणून त्या दिवशी मांसाहार का टाळतात? याचाच अर्थ, ते मांसाहाराला अपवित्र समजतात. आपण मांसाहार करत असल्याबद्दल त्यांच्या मनात कुठेतरी न्यूनगंडाची भावना असते. शाकाहारी अन्न खाताना हा विचार त्यांच्या मनात कधी येत नाही.

'आम्ही मंगळवारी, गुरुवारी, एकादशीला मांसाहार करत नाही', असे सांगणाऱ्या लोकांचे मला फार हसू येते. त्यांच्या मनात फार वैचारिक गोंधळ

असतो. तोंडाला मांसाहाराची चटक तर लागलेली असते; पण अमुक एका वारी आम्ही मांसाहार करत नाही, असे सांगून ते स्वतःला मोठे शहाजोग समजत असतात. नैतिकता, शुद्धता आणि पावित्र्य या कल्पना वर्तनाशी निगडित आहेत, आहाराशी नाही!

आजकाल घरात २४ तास आहारच आहार उपलब्ध असतो. शिवाय, एका फोनवर तासाभरात हवे ते अन्न घरपोच मिळते. कुठलेही अन्न कष्टाच्या पैशाने आलेले असेल तर ते उत्तमच आहे.

कामात कुचराई करताना, अनियमित वेतन कमावताना, काळा पैसा घरात आणताना जराही विचार न करणारी माणसं मांसाहार करताना मात्र प्रचंड विचार करतात. काही विशिष्ट वारी मांसाहार न करणाऱ्या माणसांनी, एकादशीला, मंगळवारी आणि गुरुवारी कामाच्या ठिकाणी अजिबात भ्रष्टाचार करणार नाही. हे तीनही दिवस प्रामाणिकपणे काम करेन, असे ठरवले तर भारतातला अर्धा भ्रष्टाचार जागेवरच नष्ट होईल.

•••

मराठी आणि उर्दू शाळा

मी प्राथमिक शाळेत असताना वडिलांबरोबर उर्दू शाळेत झेंडावंदनाला गेले होते. माझी आई जिल्हा परिषद शाळेत शिक्षिका होती, तर वडील जिल्हा उद्योग केंद्रात होते. कर्जवाटपाच्या निमित्ताने त्यांचा गोरगरीब जनतेशी रोजच संपर्क यायचा. खेड्यावर लोक त्यांना 'साहेब' म्हणायचे. ग्रामीण भागात ते लोकप्रिय होते.

आई काम करत असलेल्या जिल्हा परिषदेच्या शाळेत मी शिकत होते. आमच्या शाळेत आणि उर्दू शाळेत झेंडावंदनात काय फरक आहे, याची मला थोडीशी उत्सुकता होती. प्रत्यक्षात दोन्ही कार्यक्रमात भाषेशिवाय बाकी कोणताच फरक आढळला नाही. १५ ऑगस्टला आमच्या शाळेत चॉकलेट-गोळ्या वाटायचे; उर्दू शाळेतही चॉकलेट-गोळ्या वाटल्या. इकडेही राष्ट्रगीत झाले; तिकडेही राष्ट्रगीत होते. इकडे पाहुण्यांना गुलाब दिले; तिकडेही गुलाब दिले. दोन्हीकडेही साधारण सारखेच सांस्कृतिक कार्यक्रम झाले. दोन्हीकडच्या पाहुण्यांनी रटाळ भाषणे करून विद्यार्थ्यांना बोअर करण्यात कसलीही कुचराई केली नाही. फरक फक्त इतकाच, की उर्दू शाळेत प्रमुख पाहुण्यांबरोबर गेल्यामुळे मलासुद्धा चहा-बिस्कीटे मिळाली!

आज माझ्या मुलाला डायमंड हायस्कूलमध्ये प्रमुख पाहुणा म्हणून निमंत्रित केले होते. कार्यक्रमाचे सर्व स्वरूप सगळीकडे असते तसेच होते. महत्त्वाचा फरक असा होता, की कार्यक्रमाच्या सुरुवातीला कुराणातील आयतांचे वाचन करण्यात आले. उर्दूत त्याचा काय अर्थ होतो मला माहीत नाही; पण ती परमेश्वराला केलेली प्रार्थना होती, इतके समजले.

खरेतर कुठल्याही शैक्षणिक संस्थेत धार्मिक ग्रंथांचे वाचन करू नये, असे मला वाटते. परंतु राज्यकर्त्यांच्या आदेशानुसार हिंदूबहुल शाळांमध्ये भगवद्‌गीतेतील अध्यायांचे वाचन करण्याचे निर्देश येतात, अशा वेळी अल्पसंख्याक संस्थांच्या शाळा त्यांचे अनुकरण केल्याशिवाय कशा राहतील? आपले अस्तित्व सिद्ध करण्यासाठी त्यांनीही आपल्या धर्मवचनांचे वाचन सुरू करणे साहजिक आहे.

पूर्वप्राथमिक शाळेत असताना माझा मुलगा ख्रिश्चन कम्युनिटीच्या शाळेत होता. तिथे १५ ऑगस्टला तिथले फादर एक दीर्घ प्रार्थना करत असत. या प्रार्थनेच्या सुरुवातीला शाळेतील विद्यार्थी आणि शिक्षक सुखी राहोत... इथपासून सुरुवात केली जाई आणि त्यानंतर गावातले लोक, सगळे अधिकारी, आलेले पाहुणे, मुख्यमंत्री, आमदार-खासदार, पंतप्रधान, सगळा देश सुखी राहो, असे क्रमाक्रमाने वाढवत नेले जाई.

फादर अगदी शांत स्वरात आणि मनापासून ही दीर्घ प्रार्थना करत. मी मनात म्हणायची... एकदाच 'जगातील सर्व जण सुखी राहोत!' असे म्हटले तर एवढी शंभर वाक्यं बोलायची गरज पडणार नाही. पण ती त्यांची प्रार्थनेची प्रामाणिक पद्धत होती आणि तिच्यात कधीच फरक पडला नाही.

देशाचे स्वातंत्र्य आणि समृद्धी यासाठी प्रार्थना करणे वाईट नाही. तरीही, विद्यार्थ्यांच्या मनात वैज्ञानिक दृष्टिकोन रुजवणे हे शाळांचे प्रमुख उद्दिष्ट असले पाहिजे. धर्म ज्याने-त्याने आपापल्या घरी पाहावा. सार्वजनिक ठिकाणी धर्माचे प्रदर्शन करून काय साध्य होते, ते मला अजूनही समजलेले नाही!

जो धर्म आपल्या पोटापाण्याची सोय करू शकत नाही, चरितार्थाचे साधन होऊ शकत नाही, ज्याच्यामुळे मनुष्याची शास्त्रीय प्रगती होऊ शकत नाही, त्या धर्माचा एवढा बडेजाव कशासाठी?

आपला धर्म हे आध्यात्मिक प्रगतीचे साधन आहे की मोठेपणा मिरवण्याचे साधन आहे? तुमच्या धर्मात जे सांगितले आहे ते ज्याने-त्याने आपापल्या चार भिंतींच्या आत साजरे करावे. जगाला त्याचे प्रदर्शन कशासाठी? तुमच्या धर्माचे नियम लोकांवर का लादता?

एक वर्ष रोज धार्मिक ग्रंथांचे पठण केल्यामुळे तुमच्या मुलांना आयआयटीत प्रवेश मिळणार आहे का? वारंवार धार्मिक विधी केल्यामुळे तुमच्या मुलांना

एमबीबीएसला ॲडमिशन मिळणार आहे का?

धार्मिक स्थळी जाऊन घंटा बडवल्यामुळे तुमची बिघडलेली मुलं सुधारणार आहेत का?

करिअरमध्ये यशस्वी होण्यासाठी विद्यार्थ्यांना त्यांच्या अभ्यासक्रमाचीच पुस्तके वाचावी लागणार आहेत. धार्मिक ग्रंथ वाचून ते शास्त्रीय संशोधन करणार आहेत का?

जीवनात यशस्वी होण्यासाठी गणित आणि शास्त्र अशा विषयांची आवश्यकता आहे तर शाळेत धर्मग्रंथ कशासाठी?

धर्मग्रंथ डोळ्यांवर झापड पाडायचे साधन आहे. धर्मग्रंथ तुम्हांला श्रद्धेच्या जाळ्यात बांधून ठेवण्याचे काम करतात. म्हणून त्यांच्यापासून दूर राहा.

ज्ञानप्राप्तीसाठी जगात इतर लाखो पुस्तके पडली आहेत. तुमची बौद्धिक उंची वाढवायची असेल तर तुम्हांला मोठमोठे विचारवंत वाचावे लागतील... विज्ञान-गणित-शास्त्र-भूमितीची पुस्तके वाचावी लागतील... शास्त्रज्ञांची आत्मचरित्रे आणि संशोधन वाचावे लागेल.

शाळेत हनुमान चालीसा गायल्यामुळे मुले धष्टपुष्ट होत असतील तर पौष्टिक मध्यान्ह आहार कशासाठी? धार्मिक ग्रंथांचे पठण करून मुले निरोगी राहणार असतील तर लसीकरणाची काय गरज आहे? मुले संसर्गजन्य आजारांना बळी पडू नयेत म्हणून धार्मिक उपचार घेणार की वैद्यकीय उपचार घेणार?

या सगळ्या प्रश्नांची योग्य उत्तरे माहीत असतील तर शैक्षणिक संस्थांमध्ये धर्माच्या लुडबुडीला सर्व पालकांनी ठाम नकार दिला पाहिजे. अन्यथा, धर्माचे हे अंध-आक्रमण मुलांच्या मनात धार्मिक विसंवाद निर्माण करण्याचे साधन ठरू शकेल.

हिमोग्लोबिनमुळे रक्त लाल आहे हे शास्त्र शिकवेल. हिमोग्लोबिन टिकून राहण्यासाठी काय खायचे हे शास्त्र शिकवेल आणि मानवी धर्माचे पालन करून माणसांनी आपापसांत प्रेम आणि सलोख्याने कसे वागायचे, हे धर्म शिकवेल. खरेतर सगळे धर्म हेच शिकवतात. पण माझा धर्म दुसऱ्यापेक्षा असा वरचढ आहे हे दाखवण्याची लोकांमध्ये आज स्पर्धा लागली आहे. प्रत्यक्षात मात्र कुठलाच धर्म प्रगतीसाठी कसलीच मदत करत नाही, हे त्रिवार सत्य आहे!

•••

पुरुषार्थ म्हणजे काय?

भर दरबारात द्रौपदीचे वस्त्रहरण झाले त्या वेळेस तत्कालीन समाजाची काय प्रतिक्रिया असेल? काही सहृदय पुरुष आणि स्त्रिया हळहळल्या असतील आणि कदाचित पुरुषप्रधान व्यवस्थेतील इतर समाजाने हा कौरवांचा पुरुषार्थ मानला असेल.

पुरुषप्रधान व्यवस्थेने, जिंकलेल्यांनी हरलेल्याशी कसे वागायचे याचे काही नियम ठरवलेले आहेत. हरलेल्या पुरुषाची स्थावर मालमत्ता आणि त्याच्या मालकीच्या स्त्रियांवर जेत्यांनी हक्क शाबित करण्याच्या पद्धती पिढ्यान्‌पिढ्या जशाच्या तशा सुरू आहेत. आजतागायत आम्हांला त्या बदलता आल्या नाहीत किंवा पुरुषार्थ या शब्दाचा अर्थ समजावून घेता आलेला नाही.

विवाहानंतर पत्नी ही पुरुषाच्या मालकीची वस्तू होते. मराठवाड्यात आजही पतीला 'मालक' म्हणून हाक मारण्याची पद्धत आहे. जसे पुरुषाच्या मालकीचे घर आणि शेत, तशीच स्त्रीसुद्धा त्याच्या मालकीची वस्तू मानली जाते. स्त्रीला मनुष्य म्हणून तिचे स्वतंत्र अस्तित्व आहे याकडे व्यवस्थेने नेहमीच काणाडोळा केला आहे. स्वयंपाकघर, मुले आणि कुटुंबातील व्यक्तींची सेवा हे तिचे जीवनकर्तव्य मानले आहे. तिच्या हक्क आणि गरजा यांकडे नेहमीच दुर्लक्ष केले आहे.

पिढ्यान्‌पिढ्या सुरू असलेल्या वस्त्रहरणाच्या घटनांकडे नीट पाहिले तर लक्षात येते की स्त्रीचे वस्त्रहरण हा पुरुषाच्या पुरुषार्थाचा एक भाग मानला गेला आहे. स्त्रीच्या कुठल्याही बाबतीतल्या वरचढपणाचा समाजाला त्रास होतो. कष्टाच्या

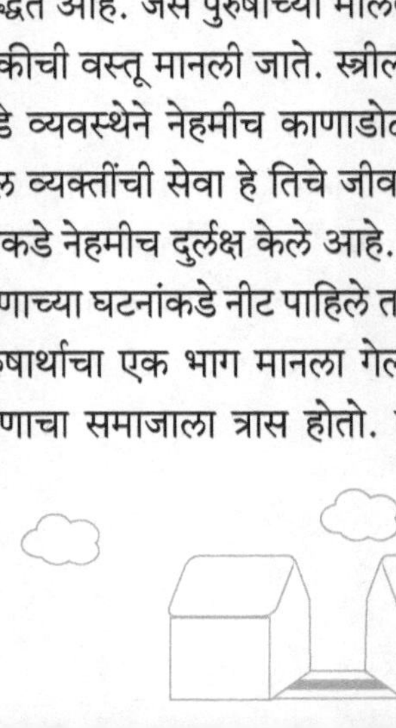

बाबतीत तिने कणखर असावे. इतर वेळी मात्र तिच्याकडून सर्रास नम्रतेची अपेक्षा केली जाते. इतकेच नव्हे; तर 'नम्रता' हे स्त्रीचे खरे सौंदर्य आहे, असाही आभास निर्माण करून ठेवला आहे. तिची मान खाली, तिच्या पापण्या खाली, तिचा चेहरा झुकलेला, डोळे मिटलेले... म्हणजे तिचे सात्त्विक सौंदर्य; अशा पद्धतीची चित्रे, रचना, कविता, गाणी यांचा समाजमनावर भडिमार केला आहे.

स्त्रीचा जन्म हा पुरुषाच्या सेवेसाठी आहे हे समाजाने गृहीत धरले आहे. पुरुष जिंकलेला असो किंवा हरलेला; त्याला तिचा हवा तसा उपभोग घेण्याचे स्वातंत्र्य आहे. या उपभोग घेण्याच्या पद्धती ठरलेल्या आहेत. स्त्रीला वस्त्रविहीन करणे हा त्याचाच एक भाग आहे. पत्नीला असमान दर्जा देऊन, तिच्याशी अपमानकारक भाषेत बोलून, स्त्रीला वस्त्रविहीन करायचे धडे बापच मुलाला देत असतो.

स्त्री शिकली, घराबाहेर पडली, कमावती झाली. तिने तिचा पुरुषार्थ विस्तारला. पुरुषाला मात्र त्याचा पुरुषार्थ विस्तारता आला नाही, हे समाजव्यवस्थेचे फार मोठे अपयश आहे. याचा अर्थ फार गंभीर आहे. ज्याने दुसऱ्याची स्त्री हिसकावून घेतली आहे त्या प्रत्येकाला तिला वस्त्रविहीन करण्याचे छुपे स्वातंत्र्य व्यवस्थेने दिले आहे. स्त्रीला वस्त्रविहीन करण्यामागे फक्त तिचा अपमान करणे हा हेतू नसून, ती ज्याच्या मालकीची आहे त्या पुरुषाचा, कुटुंबाचा किंवा त्या संपूर्ण समाजगटाचा घोर अपमान करण्याची उन्मादी प्रेरणा कार्यरत असते.

तसे तर स्त्रीचे वस्त्रहरण कुठे होत नाही? वस्त्रहरण म्हणजे फक्त शरीरावरची भौतिक वस्त्रे काढून घेणे असे नव्हे. मनुष्य म्हणून तिचे अस्तित्व सोलवटून काढणे हासुद्धा वस्त्रहरणाचाच एक भाग आहे.

पदोपदी तिचा आत्मसन्मान ओरबाडून घेणे म्हणजे वस्त्रहरण नव्हे का?

तिला तिच्या गुलामीची सतत जाणीव देणे म्हणजे वस्त्रहरण नव्हे का?

तिचे मनुष्य म्हणून जगण्याचे हक्क लुबाडणे म्हणजे वस्त्रहरण नव्हे का?

तिच्या क्षमतांना नकार देऊन तिच्या संधी नाकारणे म्हणजे वस्त्रहरण नव्हे का?

वस्त्रहरण तर घराघरांत पावलोपावली सुरू आहे. स्त्रीचा आत्मसन्मान पायदळी तुडवून तिच्या नैसर्गिक स्वातंत्र्यावर घाला घालणे हे सर्वांत मोठे वस्त्रहरण आहे. कुटुंबातल्या लहान मुलांना कुटुंबातील मोठ्या पुरुषांकडून हे पावलोपावली शिकवले जाते. वस्त्रहरण फक्त दृश्य स्वरूपातच नसते. अदृश्य वस्त्रहरण तर

अहोरात्र सुरू आहे.

पुरुषार्थ म्हणजे काय? कुटुंबासाठी कमाई करून आणणे इतकाच त्याचा मर्यादित अर्थ नाही. पुरुषार्थ म्हणजे स्त्रियांचा सन्मान करणे, स्त्रियांना सहकार्य करणे, त्यांना समजून घेणे, निर्णयामध्ये त्यांची भागीदारी मान्य करणे. एक स्वतंत्र मनुष्य म्हणून स्त्रीच्या अस्तित्वाला मान्यता देणे, हा खरा पुरुषार्थ आहे. स्त्रीचे वस्त्रहरण कुठल्याही पुस्तकी कायद्यामुळे थांबवता येणार नाही.

पुरुषार्थाच्या विकृत कल्पनांनी जखडलेल्या पुरुषाला पुरुषार्थाच्या विकृत कल्पनेतून बाहेर काढणे ही आता आपली खरी जबाबदारी आहे.

•••

समता पर्व

आमच्या यवतमाळला दर वर्षी ९ ते १४ एप्रिलपर्यंत 'समता पर्व' नावाचा एक मोठा कार्यक्रम होत असतो. मोठमोठे वक्ते बोलावले जातात. अनेक वैचारिक आणि सांस्कृतिक कार्यक्रमांची मेजवानी असते. समता पर्वाच्या नियोजनात माझा फार मोठा सहभाग नसला तरी संयोजकांशी माझे जिव्हाळ्याचे संबंध आहेत. या कार्यक्रमात मी दर वर्षी सहभागी होत असते.

एकदा या कार्यक्रमासाठी मी काही वक्ते सुचवले होते. 'सामाजिक न्याय' या विषयाची चाड असलेले वक्ते इथे बोलावले जातात. एखाद्याला वक्ता म्हणून निमंत्रित करताना त्याच्या राहण्याच्या ठिकाणापासून कार्यक्रमस्थळापर्यंतचे अंतर, येण्या-जाण्यासाठी लागणारा वेळ आणि मानधन या सगळ्यांचे व्यवस्थित नियोजन करावे लागते. या अनुषंगाने निमंत्रित व्यक्तींशी फोनवर बोलताना, इतरही काही अत्यंत महत्त्वाच्या काही गोष्टी लक्षात आल्या.

कार्यक्रमाचे नाव आहे समता पर्व... वक्त्यांकडून अपेक्षा आहे न्याय-बंधुता आणि समता या विषयांशी जुळलेले असण्याची! पाहुणे मला म्हणाले, 'या कार्यक्रमाचे संयोजक कोण आहेत, त्यांची विचारधारा काय आहे, हे नक्की कळल्याशिवाय मी कार्यक्रमाला येणार नाही. मी चळवळीतला माणूस आहे. उद्या आणखी कोणी माझे त्या कार्यक्रमातले फोटो पाहिले तर 'तू या स्टेजवर कसा काय!' असं कोणी म्हणायला नको. या बाबतीत मी फार जागरूक असतो.'

भारत हा अठरापगड जाती-धर्म-पंथ-वंश आणि विचारधारा यांचा देश आहे; हे

भारताच्या प्रत्येक नागरिकाला पूर्ण माहीत असले पाहिजे. भारतातल्या कुठल्याही जातिधर्माला नाकारणे हा भारताशी देशद्रोह आहे.

मी एका विशिष्ट विचारधारेच्या लोकांसोबतच काम करणार आणि दुसऱ्या विचारधारेच्या लोकांच्या जवळही जाणार नाही; असे म्हणणे म्हणजे स्वतःवर विश्वास नसणे, भारताच्या बहुधर्मी बहुरंगी रचनेवर विश्वास नसणे, भारतात राहायचे असेल तर या सर्वांबरोबर राहावे लागणार आहे याची जाणीव नसणे.

उद्या तुमचा मुलगा डॉक्टर झाला तर फक्त तुमच्याच जातीतल्या लोकांना तपासणार का? दुसऱ्या जातिधर्माच्या लोकांना त्याच्या दवाखान्यात प्रवेश देणार नाही का? तो सरकारी कार्यालयात कारकून झाला तर फक्त आपल्या जातीच्या लोकांची कामे करणार का? तो दुसऱ्या जातीच्या शिक्षकाकडून ज्ञान घेणार नाही का? तो दुसऱ्या जातीच्या मित्राशी मैत्री करणार नाही का? तो आयुष्यात दुसऱ्या जातिधर्माच्या माणसाची कधीच मदत घेणार नाही का?

जगण्यासाठी तुम्हांला सगळ्या भारतीयांची गरज आहे. विचार मांडायला मात्र तुम्ही सगळ्या भारतीयांपर्यंत जायला तयार नाही. सर्व जातिधर्माच्या लोकांनी तुमच्या गरजा तर पूर्ण करायच्या; पण एरवी तुम्ही आपल्या टोळीत त्यांना घुसू देणार नाही. हा कुठला सामाजिक न्याय आहे?

माझे काही बौद्ध मित्रमैत्रिणी मला म्हणतात, 'आमचं वागणं-राहणं-खाणं सगळं ब्राह्मणांसारखं आहे. आम्ही ब्राह्मणांमध्येच लहानाचे मोठे झालो.' याचा अर्थ तुम्ही 'ब्राह्मण म्हणजे काहीतरी उच्च...' असे आजही मनात समजत आहात, की त्यांच्यासारखे राहण्याचे तुम्हांला कौतुक वाटते? तुम्हांला त्यांच्यासारखे राहायला आवडते; बाहेर लिहिता-बोलताना मात्र तुम्ही 'ब्राह्मण' या शब्दालासुद्धा काठीने बडवणार... ब्राह्मण हा तुमचा जन्मजात दुश्मन असल्यासारखे त्याच्याशी वागणार... 'ब्राह्मण' शब्दाची ॲलर्जी असल्यासारखे वागणार!

एका विशिष्ट जातीला सॉफ्ट टार्गेट करून बडवणे हा कुठला सामाजिक न्याय? हा कुठला सर्वधर्मसमभाव? आणि तरी तुम्ही स्वतःला सेक्युलर म्हणवून घेणार? तुम्ही कुठल्या जातीत जन्माला यायचे याचा तुम्हांला चॉईस होता का? एखाद्या ब्राह्मणाला तरी तो असतो का?

मी स्वतः सर्व धर्मांच्या, सर्व जातींच्या, सर्व विचारधारांच्या कार्यक्रमांना

बिनधास्तपणे जाते. प्रत्येक विचारमंचावर माझे विचार ठामपणे बोलते. माझ्यासाठी डावे-उजवे, उच्च-नीच, हिंदू-मुस्लीम असा काहीही भेदभाव नाही. कारण हे सगळे माझ्यासारखेच भारतीय आहेत आणि माझे बंधू आहेत, हे मी स्वीकारले आहे. माझी स्वतःची ठाम मूल्यनिश्चिती झालेली आहे. मानवता हा एकमेव धर्म आहे हे मला नक्की माहीत आहे. उद्या गरज पडली तर कुठल्याही व्यक्तीला पृथ्वीवरच्या कुठल्याही व्यक्तीचे रक्त घ्यावे लागते, याची मला जाणीव आहे.

स्वतःला पुरोगामी आणि सेक्युलर समजणाऱ्या लोकांमध्ये प्रचंड वैचारिक गोंधळ आहे. 'मी या स्टेजवर जाणार नाही', 'मी त्या लोकांसोबत जाणार नाही', 'मी यांच्यासोबत काम करणार नाही' असे म्हणणे म्हणजे स्वतःच्या विचारांवर विश्वास नसणे. तुम्ही स्वतःला सामाजिक न्यायाचे पुरस्कर्ते मानता, तर सामाजिक न्याय हा संविधानाने फक्त काही विशिष्ट गटांसाठी निर्माण केलेला नाही. सामाजिक न्यायावर कुणाचीही मक्तेदारी नाही. तो प्रत्येक भारतीयाचा संवैधानिक हक्क आहे. कुणीही या हक्कावर गदा आणू शकत नाही.

स्वतःचे विशिष्ट गटतट उभारून तुम्ही लोकशाहीला संकुचित करत आहात. तुम्हांला टोळ्या बनवायच्या आहेत. टोळ्यांचे राजकारण करायचे आहे. तुम्ही स्वतःला पुरोगामी समजत आहात; मात्र, तुम्ही तुमचे डबके सोडायला तयार नाही. उलट, तुम्ही डबकेबाजीचा सरळसरळ पुरस्कार करत आहात. संकुचित विचारांची काही टाळकी जमवायची आणि आपणच आपल्याला टाळ्या वाजवायचा, अशातला हा प्रकार आहे. सर्वधर्मसमभाव तुमच्या थाऱ्यालाही उभा राहत नाही. भारताच्या विशाल परंपरेशी तुम्हांला कसलेही देणेघेणे नाही.

काही विशिष्ट जातिधर्माच्या लोकांचे अतिलाड करून त्यांना उगीचच कुरवाळण्याचे पुरोगामी लोकांमध्ये फॅड आहे. भारतीय आहात ना? मग सगळे सारखे. एखाद्या विशिष्ट धर्माचे ओव्हर पँपरिंग कशासाठी? नागरिकशास्त्र सर्वांनी पाळायचे आहे आणि जे पाळत नसतील त्यांना वठणीवरसुद्धा आणायचे आहे!

माझा भारत असा नव्हता आणि नाही.

इथे गणेशोत्सवाच्या सांस्कृतिक कार्यक्रमात गफूरभाईची ढोलकी वाजते... महालक्ष्मीच्या जेवणाच्या पहिल्या ताटाचा मान गावातल्या वयोवृद्ध मुसलमानाला दिला जातो... बांगड्या भरणाऱ्या चाचाच्या पाया पडून हिंदू सवाष्णी त्याचा

आशीर्वाद घेतात... हा माझा भारत आहे!

नकली पुरोगामित्वाच्या गप्पा हाणणाऱ्या लोकांची मला कीव येते. तुम्ही गणेशोत्सवात भाषण करा किंवा समता-परिवारात! तुमचे विचार ठाम असतील तर लोकांवर त्याचा परिणाम झाल्याशिवाय राहणार नाही. तुमच्या हृदयातली तळमळ आणि प्रामाणिकपणा तुमच्या शब्दांतून ओघळल्याशिवाय राहणार नाही. आपल्याला कोणी बोलवायचे ते लोकांना ठरवू द्या. तुमचे बोलणे अनुभवाचे आणि तळमळीचे असेल, विचार सम्यक असतील तर ते मांडण्यासाठी व्यासपीठाचे बंधन कशाला हवं?

वेगळे विचार असलेल्या माणसाशी बोलायची भीती वाटत आहे, की आपल्या संकुचित विचारांचा न्यूनगंड...!

•••

बरकत

आयुष्यात अन्न वेगवेगळ्या रूपाने भेटत राहते. रोज ताटात पंचपक्वान्ने पडत असली तरी देवाच्या प्रसादाचे मोल मात्र वेगळेच असते. प्रसाद घेण्यासाठी रंक आणि राव एकाच रांगेत उभे राहतात. गुरुद्वारात दोन्ही हात पुढे करून भाकरी/पोळी घ्यायची आणि कपाळाला लावून ताटात ठेवायची पद्धत आहे

वीस-बावीस वर्षांपूर्वी, मी माझ्या आई आणि मावशीबरोबर एका तीर्थक्षेत्री गेले होते. आम्ही पहाटे रेल्वे स्टेशनवर उतरलो आणि तिथे जवळच्याच भक्तनिवासात एक खोली घेतली.

अंघोळीसाठी खाली सार्वजनिक स्नानगृहात व्यवस्था होती. तिथे खूप गर्दी होती. आम्ही रांग लावून अंघोळी केल्या. कपडे बदलले. आमचे सगळे आवरून आम्ही तिथे पायऱ्यांवर बसलो असता समोरून दोन बायका आणि एक लहान बाळ गडबडीने येताना दिसले. कडेवरचे लहान मूल सांभाळत त्या घाईघाईने भक्तनिवासात गेल्या. दरम्यान एका छोट्याशा हॉटेलमध्ये आम्ही सगळ्यांनी नाश्ता केला आणि चहा घेतला.

दर्शनाची गडबड असल्यामुळे रांगेत जाऊन उभे राहिलो. रांग मोठी होती. आमचा ११ वाजता नंबर लागला. दर्शन करून बाहेर आल्यानंतर लोकांनी सांगितले की, तिथे प्रसादाचे वाटप सुरू आहे. मग आम्ही घाईघाईने तिकडे गेलो. आम्ही लेकरं बॅगा सांभाळत सावलीत बसलो. आई आणि मावशीने रांगेत उभा राहून प्रसाद आणला. प्रसादात शिरा, भाकरी, दही-चटणी आणि द्रोणात भाजी

होती. आम्ही प्रसाद घेऊन सावलीला येऊन बसलो.

आम्ही तिथे बसलेलो असताना मघाशी ज्या दोन बायका आल्या होत्या त्यातील एक वयस्कर बाई प्रसादाच्या रांगेत जाऊन उभी राहिली. प्रसादवाटप जवळजवळ संपत आले होते. त्या बाईचा नंबर आल्यानंतर तिने प्रसाद घेतला आणि आणखी एक प्रसादाची पत्रावळ मागितली. तिथल्या माणसाने प्रत्येकाला एकच मिळते, असे सांगितले. बाई हिरमुसली होऊन रांगेच्या बाहेर आली. ती आमच्या बाजूला येऊन बसली. त्यानंतर थोड्याच वेळात कडेवर मूल घेतलेली दुसरी बाईही घाम पुसत-पुसत तिथे आली. लेकरू घेऊन तिचा हात अवघडला होता. तिने घाईघाईने लेकरू वयस्कर बाईजवळ दिले आणि ती प्रसादाच्या खिडकीकडे जाण्यासाठी वळली. परंतु तोपर्यंत प्रसाद-खिडकी बंद झाली होती. प्रसाद फक्त बारा वाजेपर्यंतच मिळतो, असा तिथला नियम होता.

''आत्या, घेतला का परसाद?'' तिने त्या बाईला विचारले.

ती बाई म्हणाली, ''हाव हाव, मी माहा परसाद खाऊन घेतला वं. मला लय भूक लागली होती. ही तू तुहा परसाद खाऊन घे, तवर मी पाणी पिऊन येते.'' असे म्हणून ती बाई नळावर पाणी प्यायला निघून गेली. हा सगळा प्रकार आम्ही पाहत होतो. माझी आई उठली आणि त्या मोठ्या बाईच्या मागोमाग गेली.

आईने त्या बाईला 'तुम्ही कोण? कुठून आलात?' असे विचारले. ती बाई जवळपासच्या खेड्यावरून तिच्या सुनेला आणि नातवाला घेऊन दर्शनाला आली होती. कपड्यांवरून ती बाई गरीब वाटत होती.

''मी तुम्हांला प्रसाद मिळाला नाही हे पाहिलंय. तुमची सून येईस्तोवर खिडकी बंद झाली हेही मी बघितलंय. आमच्याकडे एक प्रसाद शिल्लक आहे. तो तुम्ही खाता का?'' हे ऐकून त्या बाईला खूप आनंद झाला. मग आई आणि ती बाई आम्ही बसलो होतो तिथे आल्या. आईने प्रसादाची एक पत्रावळ प्रेमाने त्या बाईच्या हातात दिली. त्या बाईने ती मोठ्या आनंदाने घेतली आणि कपाळाला लावली.

''बरं झालं माय, देवच धावून आला जी तुमच्या रूपानं... पोरीला लेकराला दूध पाजाव लागते ना वं बाई... तिला कसं काय उपाशी ठिवता यिल... न्हाई का?''

''आमी बी सकाळीच निगालो व्हतो, पण यिऊस्तवर उशीर झाला. आमची

गाडी चुकली बगा....''

''हितं यिऊन रांगत उभा ऱ्हायलो तर हिचं लेकरू रडायलं म्हणून ही दूध पाजायसाठी बाजूला जाऊन बसली तवर रांग पुढे सरकली बगा.''

हा प्रकार पाहिल्यावर घडलेली गोष्ट सुनेच्याही लक्षात आली. तीही पलीकडून उठून आमच्याजवळ येऊन बसली. दोघी सासूसुना आनंदाने प्रसाद खाऊ लागल्या. आम्हांला दोन पत्रावळींवर प्रसाद मिळाला होता. त्यातली एक पत्रावळ आता शिल्लक होती. ती घेऊन आम्ही तिथल्या एका हॉटेलमध्ये गेलो. आईने तिथे जेवणाची ऑर्डर दिली आणि सगळ्यांनी मिळून एकत्र जेवण केले.

''आपला प्रसाद तू त्या बाईला का दिला?'' मी आईला विचारले.

आई म्हणाली, ''माझ्या पर्सला खूप बरकत आहे. आपण विकत घेऊन खाऊ शकतो. पण त्या बायका गरीब होत्या आणि त्यांच्याकडे पैसे नव्हते, म्हणून त्यांना दिली.''

''आपण दहा वेळा विकत घेऊन खाऊ शकतो. पण ती गरीब-बिचारी बाई दिवसभर उपाशी राहिली असती... नातवाला दूध मिळावं म्हणून स्वतःच्या वाट्याचं जेवण तिनं सुनेला दिलेलं पाहिलंस ना!... मग आपण तिला मदत करायला नको का?''

देवाची खिडकी बंद झाली होती. आईच्या लहानशा पर्सची बरकत मात्र बंद झाली नव्हती. आता आई देवाघरी गेली आहे. जाताना माझ्याही पर्सला बरकत देऊन गेली आहे.

•••

सुंदर मी होणार...

पुरुषांना काय आवडेल, याचा विचार करून स्वतःला घडवू नका. पुरुषी नजरेतून स्वतःचं सौंदर्य तोलणं म्हणजे स्त्रीत्वाचं अधःपतन करवून घेणं. पुरुषांना उद्दीपित करण्याचं साधन म्हणून आपण किती काळ जगणार आहोत?

स्त्रियांना नेहमी असं वाटतं, की आपण हे नेसल्यावर सुंदर दिसू, ते घातल्यावर सुंदर दिसू. एक जाहिरात आहे, त्यात विनोदकन्या भारती म्हणते, 'मुझे कभी ब्युटिफुल बनना ही नहीं था, क्योंकी मैं हमेशा से जानती थी की मैं ब्युटिफुल हूँ. सिर्फ अपनी सुंदरता को मेन्टेन करती हूँ.'

खूपच साध्या-सोप्या ओळी आहेत, की 'मला नेहमीच माहीत होतं, मी सुंदर आहे!' आपल्यापैकी किती जणींना हे माहीत असतं? आपल्यातलं सौंदर्य कशात आहे, हेच आपल्याला माहीत नसतं. कारण सौंदर्य म्हणजे काय, हेच आपल्याला कळत नाही. आपले सौंदर्याचे आणि प्रेमाचे मापदंड आपण लहान किंवा मोठ्या पडद्यावरच्या तारकांकडे पाहून ठरवत असतो.

जाहिरातीतल्या बाईचा मेकअपने झाकलेला हजार वॅटमध्ये चमकणारा चेहरा म्हणजे आपण सौंदर्य समजतो. पाठ उघडी टाकणारं प्रचंड मोठ्या गळ्याचं ब्लाउज म्हणजे सौंदर्य समजतो. पण तुम्ही कधी आपल्या बाळाला पाजताना स्वतःचा चेहरा पाहिला आहे का? वात्सल्याने चमकणाऱ्या त्या चेहऱ्याचं सौंदर्य उजळण्यासाठी कधीच हजार वॅटच्या फोकसची गरज लागत नाही. दिवसभर घरकाम करून थकल्यावर संध्याकाळी तोंडावर पाणी मारून साध्या टॉवेलने पुसलेला चेहरा

पाहिला आहे का? त्यावरचे स्वत:च्या जबाबदाऱ्या व्यवस्थित पार पाडल्यामुळे येणारे कर्तव्यपूर्तीचे भाव किती सुंदर दिसतात, ते कधी न्याहाळलेत का?

सकाळी उठून सडा-रांगोळी झाल्यावर स्वत:च काढलेली रेशीमरेषांची रांगोळी पाहिली तर तुम्हांला तुमच्या बोटातली सुंदरता दिसेल... स्वच्छ-सुंदर आवरलेलं स्वयंपाकघर तुम्हांला तुमच्या गृहिणीपणाचं सौंदर्य सांगेल....

तुम्ही शिक्षिका असाल तर तुमचं सौंदर्य फळ्यावर नीटपणे लिहिलेल्या अक्षरांत आहे. विषयाचं आकलन झाल्यावर दिसणारे मुलांचे आनंदी चेहरे ही तुमची सुंदरता आहे. तुम्ही इंटिरिअर डेकोरेटर असाल तर तुम्ही सजावट केलेल्या जागेतून तुमचं सौंदर्य डोकावेल.

तुम्ही संपादक असाल तर तुम्ही निवडलेले लेख आणि त्यांची सुबक मांडणी तुमचं सौंदर्य आहे.

तुम्ही विणलेल्या भरघोस गजऱ्यात तुमचं सौंदर्य आहे.

तुम्ही काढलेल्या अक्षरात तुमचं सौंदर्य आहे.

सौंदर्य कपड्यांत नाही, कामात आहे. सौंदर्य नटण्यात नाही, विचारात आहे. सौंदर्य भपक्यात नाही, साधेपणात आहे. सौंदर्य बाहेर कशात नाही, मनात आहे. आपण करत असलेलं प्रत्येक काम म्हणजे सौंदर्याचं सादरीकरण असतं. आपल्या कृतीतून सौंदर्याची निर्मिती करता आली पाहिजे.

प्रेमाने बोलणं म्हणजे सुंदरता...आपलं मत योग्य रितीने व्यक्त करता येणं म्हणजे सुंदरता... नको असलेल्या गोष्टीला ठाम नकार देण्याची हिंमत म्हणजे सुंदरता... दुसऱ्याला समजून घेणं म्हणजे सुंदरता! आपल्या वर्तनातून, विचारांतून आपलं सौंदर्य बाहेर येऊ द्या!

मेरी कोमचं सौंदर्य तिच्या ठोशात आहे. इंदिरा गांधींचं सौंदर्य कणखर निर्णयक्षमता राहिलं आहे. आपण करत असलेल्या कामात कौशल्य प्राप्त झालं की आत्मविश्वास मिळतो. त्यातून आत्मसन्मानाची जाणीव येते. अशी आत्मविश्वासाने जगणारी बाई आपोआप सुंदर दिसते.

गौरवर्ण, सडपातळ बांधा, काळे-दाट केस या वर्णनातून आता बाहेर पडलं पाहिजे. त्याऐवजी असेल तो वर्ण, दणकट बांधा, सुदृढ मन आणि संतुलित विचार या मापदंडाचा विचार करून पाहू या! तुम्ही जशा जन्माला आल्या आहात त्याच सुंदर आहात, ही खूणगाठ मनाशी बांधून टाका! स्वत:वर विश्वास ठेवायला शिकलं तर दुसऱ्या सौंदर्याकरिता दुसऱ्या कुणाच्या पावतीची गरज पडणार नाही!

•••

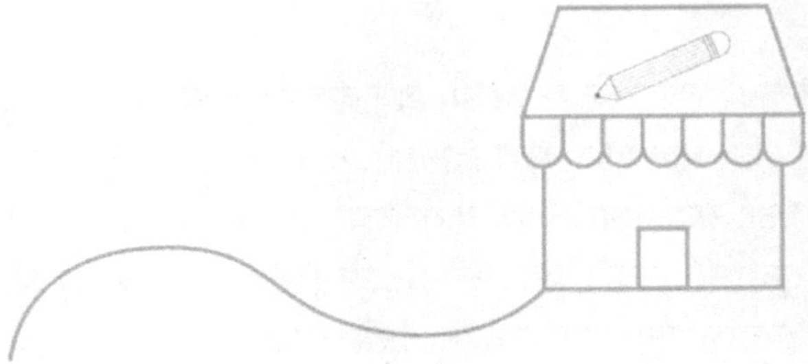

सत्याच्या प्रयोगाचा बोनस...

दहावी बोर्डाची परीक्षा झाल्यानंतर माझ्या वडिलांनी मला विचारलं की, ‘‘तू निकाल येईपर्यंत रमेशकाकाच्या दुकानात कामाला जाशील का?’’ रमेशकाका माझ्या वडिलांचे बालमित्र होते. घराजवळच्या चौकात त्यांचे गोळ्या-बिस्किटाचं आणि झेरॉक्सचं लहानसं दुकान होते. रमेशकाका पूर्वी मिलिटरीत नोकरीला होते. तिथून रिटायर झाल्यानंतर त्यांनी एक जुनं घर विकत घेतलं आणि चौकात एक लहानसं दुकान सुरू केलं होतं. त्यात ते पेन-पेन्सिली-खोडरबर-शार्पनर अशा लहानसहान वस्तू विकत असत.

मी अतिशय आनंदाने होकार दिला. कारण मी रमेशकाकांना अनेक वेळा ‘मला झेरॉक्स काढायला शिकवा’ असं म्हटलं होतं. त्या काळी जुनी झेरॉक्स मशीन होती. अनेक वेळा मी दुकानात गेल्यानंतर त्यांचं काम पाहत बसायची.

सकाळी नऊ वाजता दुकान उघडत असे. दुपारी एक ते चार रमेशकाका जेवण आणि विश्रांतीसाठी घरी जायचे, त्यामुळे त्या वेळेत दुकान बंद ठेवावं लागायचं.

दुसऱ्या दिवशी दुपारी साडेबारा वाजताच मी अत्यंत उत्साहाने दुकानात हजर झाले. रमेशकाकांनी मोठ्या आनंदाने माझं स्वागत केलं. मशीनमध्ये कागद कसा टाकायचा आणि झेरॉक्स कशी काढायची हे त्यांनी मला शिकवलं. त्यांनी मला सगळ्या वस्तूंच्या किमती सांगितल्या. काही वस्तूंच्या किमती स्केच पेनने बरणीवर लिहिलेल्या होत्या. गिऱ्हाइकांकडून घेतलेले पैसे ड्रॉवरमध्ये व्यवस्थित ठेवायचे आणि त्याला कुलूप लावायचं हेही त्यांनी मला सांगितलं.

मग काका जेवायला घरी गेले आणि माझ्या नव्या नोकरीची सुरुवात झाली. मी सगळ्या वस्तूंच्या किमती नीट पाहून ठेवल्या. दुकानात गिऱ्हाइकांची फारशी गर्दी होत नसे. झेरॉक्स काढण्यासाठी दहा पंधरा गिऱ्हाइकं यायची. बाकी पेन-पेन्सिली वगैरे घेण्यासाठी काही लहान मुलं यायची.

सव्वाचारपर्यंत काका दुकानात परत यायचे. मग माझी सुट्टी व्हायची. अशा प्रकारे मी अत्यंत उत्साहाने काम करत होते. दुकानात चॉकलेट, गोळ्या आणि बिस्किटांच्या बरण्या होत्या. एके दिवशी एका नव्या बरणीत काकांनी मिल्क चॉकलेट भरून ठेवले. त्या दिवशी तीन वाजले तरी एकही गिऱ्हाईक आलं नाही. मला खूप कंटाळा आला होता. सहजपणे मी मिल्क चॉकलेटची बरणी उघडली आणि एक चॉकलेट काढून खाल्लं. त्याची चव मला खूप आवडली. बसल्या-बसल्या मी आणखी दोन चॉकलेट्स खाल्ली. एका चॉकलेटची किंमत दोन रुपये होती. दरम्यान झेरॉक्स काढण्यासाठी दोन-तीन गिऱ्हाइकं येऊन गेली.

'मी चॉकलेट खाल्लेलं काकांना कळेल का?' याची काळजी वाटू लागली. मी बरणी उघडून, हाताने चॉकलेट उभी-आडवी लावून ती पुन्हा पहिल्यासारखी करण्याचा प्रयत्न केला.

घरी गेल्यानंतर मी फार अस्वस्थ झाले. डोक्यातून चॉकलेटचा विषय जात नव्हता. 'न सांगता चॉकलेट खाणं ही चोरी आहे' हे माझ्या मनाने मला सांगितलं होतं. काय करावं हे मात्र कळत नव्हतं. काकांना सांगितलं असतं तर त्यांनी मला परत दुकानात येऊ दिलं नसतं, असं वाटत होतं. आईला सहा रुपये मागायची हिंमत होत नव्हती. मी रोज दुकानात जात होते आणि परत येत होते; पण सहा रुपये आणि तीन चॉकलेट हा विचार डोक्यातून जातच नव्हता. झोपेतही मला खाल्लेली चॉकलेट्स दिसायची.

दीड महिन्यांनंतर दहावीचा रिझल्ट आला. मला ७६ टक्के मार्क पडले. मी पेढे घेऊन दुकानात गेले. काकांना पेढा दिला आणि त्यांच्या पाया पडले. पुढे ॲडमिशन होईपर्यंत आणखी दहा-बारा दिवस मी दुकानात कामाला जात होते. एके दिवशी काकांनी मला त्यांच्या घरी बोलावलं. मी गेल्यानंतर काकूंनी मला चिवडा आणि बेसन वड्या खायला दिल्या. काकांनी एका पाकिटात शंभर रुपये ठेवून ते मला भेट दिलं. ते म्हणाले, ''हे तुझ्या महिन्याभराच्या कामाचं बक्षीस. ही तुझ्या कष्टाची

कमाई आहे.'' ते ऐकून मला खूप आनंद झाला.

मी त्या पाकिटातले शंभर रुपये काढले आणि काकांना म्हटलं, 'यातले सहा रुपये काढून घ्या आणि मला ९४ रुपये परत द्या.'

त्यांना काही समजेना. मग मी न घाबरता त्यांना गुपचूप तीन मिल्क चॉकलेट खाल्ल्याचं सांगितलं. त्यांनी ते शंभर रुपये परत पाकिटात ठेवले आणि म्हणाले, ''हे शंभर रुपये तुझा पगार आणि चॉकलेटचे सहा रुपये तुझा बोनस.''

मला 'बोनस' शब्दाचा अर्थ माहीत नव्हता.

माझ्या वडिलांनी मला पाचवी-सहावीत असताना 'सत्याचे प्रयोग' हे पुस्तक आणून दिलं होतं. ते मी संपूर्ण वाचलं होतं. त्यातल्या अनेक प्रसंगांवर घरात चर्चा केली होती. मला मिळालेले सहा रुपये हा माझ्या वडिलांना मिळालेला सत्याच्या प्रयोगाचा बोनस होता. पुढे माझा मुलगा इंग्लिश माध्यमाच्या शाळेत शिकत होता. मी त्याला 'सत्याचे प्रयोग' या पुस्तकातले अनेक प्रसंग सांगत असे. त्यातल्या काही गोष्टी वाचून दाखवत असे.

एकदा माझ्या मुलाला शाळेच्या कॅम्पसमध्ये दोन जुनी नाणी सापडली. त्याने ती मुख्याध्यापक बाईंकडे नेऊन दिली. त्यांनी दुसऱ्या दिवशी मला ती कॉइन्स दाखवली. ती अत्यंत दुर्मीळ ब्रिटिशकालीन नाणी होती. ही नाणी त्या परिसरात सापडली, कारण ती शाळा ब्रिटिशकाळात स्थापन झालेली होती. जुने वर्ग साफ करताना बराच कचरा-पसारा मागच्या ग्राउंडवर आणून टाकला होता. त्या पसाऱ्यात त्याला ती सापडली. त्यांनी परिपाठाच्या वेळी त्याचं कौतुक केलं.

हा मला मिळालेला 'सत्याच्या प्रयोगा'चा बोनस होता.

•••

खरे ऊर्जास्रोत

काल बीए फायनलचा क्लास घेत होतो. कॉरिडॉरमध्ये विद्यार्थी जोरजोरात एकमेकांशी हसत-खिदळत गप्पा मारत होते. थोडा वेळ वाट पाहिली. पण त्यांचा आवाज काही कमी होईना. ती मुलं कुठल्या वर्गाची आहेत ते पाहण्यासाठी बाहेर आलो. मला बाहेर आलेलं पाहताच मुलं अचानक शांत झाली. मग मी एकेकाला 'तू कुठल्या वर्गाचा आहेस?' असं विचारायला सुरुवात केली. व्हरांड्यात जवळपास ४० मुलं इकडून तिकडं फिरत होती. ही सगळी वेगवेगळ्या वर्गाची मुलं होती. कोणी बारावीची, कोणी एमएची. थोडासा आवाज चढवून मी त्या सगळ्यांना वर्गात बसायला सांगितलं. मुलं चुपचाप आत येऊन बसली.

वर्गात बीए फायनलचा क्लास सुरू होता. पण एका शिक्षकाकडे विषयांची कधीच कमी नसते. सलग एक तास शिकवत राहिलो, मुलांसोबत चर्चा करत राहिलो. 'बाहेर इतकी बडबड करत होता, ती आता आत करा,' असं सांगून त्यांना बोलायला लावलं. वेगवेगळ्या वर्गातली आणि वेगवेगळ्या शाखेची सगळी मुलं हिरिरीने चर्चा करत होती. आपापले मुद्दे मांडत होती. कॉमर्सच्या एका विद्यार्थ्याने ॲपलच्या स्टिव्ह जॉबपासून ते अर्ल ऑफ चेस्टरटनच्या 'अ लेटर टू हिज सन'पर्यंतची उदाहरणं दिली. यानिमित्ताने आर्ट्स, कॉमर्स आणि सायन्स या सगळ्या फॅकल्टीतील मुलांचा एक चांगला सहसंबंध निर्माण झाला.

मुलांचं सामाजिक भान चांगलं आहे, त्यांना समस्यांची जाणीव आहे, त्यांना त्यांच्या प्रश्नावर बोललेलं आवडतं; फक्त परीक्षेला येणारे प्रश्न सांगून शिक्षकाची

जबाबदारी संपत नाही. त्यांचे विचार ऐकताना आम्हीही रमून गेलो. दीड तास कसा गेला समजलंदेखील नाही.

आईवडील रक्ताचं पाणी करून मुलांच्या शिक्षणासाठी पैसा खर्च करत असतात. मनात आणलं तर शिक्षक त्यांच्या जीवनाला कमीत कमी वैचारिक दिशा तर नक्कीच देऊ शकतो. माझ्या वर्गात मुलांचं संवादकौशल्य वाढण्यासाठी मी नेहमीच त्यांच्याशी चर्चा करत राहतो. त्यांना बोलतं करायचा प्रयत्न करत राहतो. फक्त कंटेंट नॉलेज जगण्याचा मार्ग देऊ शकत नाही, त्याची जीवनातील प्रश्नांशी सांगड घालता आली पाहिजे. शिक्षकाला स्वप्नं पेरता आली पाहिजेत, प्रेरणा देता आली पाहिजे.

नापिकीने वैतागलेली शेतकऱ्याची उदास लेकरं, आमच्या भोशातली हातावरचं पोट असलेली, पडेल ते काम करणारी मुसलमानांची लेकरं, शिकून नोकऱ्या मिळणार नाहीत तरीसुद्धा डिग्री पाहिजे म्हणून अट्टाहासाने शिकणारी ओपन कॅटेगरीतली लेकरं, नोकरीचा भरवसा नाही म्हणून काम करून शिकणारी ब्राह्मणाची लेकरं; या सगळ्यांना ज्ञानाच्या एका छत्राखाली आणण्याची जबाबदारी खांद्यांवर घेऊनच मी वर्गात प्रवेश करतो.

समोर बसलेला विद्यार्थी कुठल्या जात, धर्म, पंथ, वंश किंवा लिंगाचा आहे याचा मी स्वतःवर कधीच परिणाम होऊ देत नाही. तरीसुद्धा विद्यार्थिनींशी वागताना थोडी अधिक सहानुभूती बाळगली जातेच. आपल्या बहिणींप्रमाणेच या उद्या सासरी जाणार आहेत आणि दुसऱ्याच्या घरी राहणार आहेत, याची कुठेतरी जाणीव होत राहते.

मुलींनी - स्त्रियांनी नोकरी करावी की नाही, असा प्रश्न विद्यार्थिनी मला नेहमी विचारत राहतात. खरंतर कुटुंबाची गरज आणि परिस्थिती पाहून या प्रश्नाचा निर्णय घ्यावा लागतो. परंतु आमच्या मुलाचा अभ्यास आणि त्याच्या अभ्यासेतर खेळ वगैरे गोष्टी सांभाळण्यासाठी माझी पत्नी नोकरी सोडून घरी बसली हेसुद्धा मी विद्यार्थिनींना सांगितल्याशिवाय राहत नाही.

असंख्य सामाजिक आणि आर्थिक प्रश्नांच्या विळख्यात सापडलेली नवी पिढी मोठ्या आशेने शिक्षकाच्या तोंडाकडे पाहत असते. 'नोकरी मिळणारच नाही असं गृहीत धरा आणि आत्तापासूनच कुठल्यातरी व्यवसायाची कास धरा.

आपल्या परिसरातले प्रश्न ओळखा आणि त्यावर समाधान देणारी कामं शोधायला सुरुवात करा.' हे मी नेहमीच सांगत आलो आहे. फक्त कंटेंट शिकवून कुठल्याच शिक्षकाची जबाबदारी संपत नाही. लायब्ररीत बसून विचारवंतांची पुस्तक वाचताना विद्यार्थ्यांचे प्रश्न डोक्यात फिरत राहतात. ही कुठे जातील, काय करतील, असे प्रश्न मनात फेर धरून नाचतात. परंतु एका शिक्षकाकडे हताश व्हायला वेळ नसतो. सतत मुलांना ऊर्जा वाटण्याचं काम करावं लागतं. कधी धाक दाखवावा लागतो, तर कधी समजावून सांगावं लागतं.

माझा एक विद्यार्थी विश्वजीत कांबळे बसमध्ये गोळ्या आणि पेन विकत होता. त्याला कुठल्याच कॉलेजला एमएला ॲडमिशन मिळत नव्हती. मी ती आमच्या कॉलेजला करून दिली. आज तो प्राध्यापक आहे. हे माझं यश आहे!

२०१८-१९मध्ये काही गरीब विद्यार्थी बँकेच्या परीक्षांची तयारी करत होते. ट्युशन लावणं त्यांच्या आवाक्याबाहेर होतं. त्या विद्यार्थ्यांची मी माझ्या घरी रोज दोन तास तयारी करून घेतली. त्यांच्यापैकी पाच विद्यार्थी वेगवेगळ्या बँकेत नोकरीला आहेत. हे माझं यश आहे!

वेगवेगळ्या मोठमोठ्या जर्नल्समधून प्रसिद्ध झालेले माझे पेपर, हे माझं यश नाही. मला मिळालेलं प्रमोशन, हे माझं यश नाही. ही सगळी कामं एका प्राध्यापकाला आपद्धर्म म्हणून करावीच लागतात. माझा विद्यार्थी कष्टाने आणि स्वाभिमानाने स्वतःच्या पायावर उभा आहे. मी बाजारातून फिरताना त्याला धावत येऊन मला भेटावंसं वाटतं, मला लग्नाची पत्रिका द्यावीशी वाटते, मला फोन करावासा वाटतो, घरी बोलवावंसं वाटतं, हे माझं यश आहे!

मी स्वतः पडेल ती कामं करून माझं शिक्षण पूर्ण केलं. कुठल्याही कामाची लाज बाळगली नाही. हे मी न लाजता विद्यार्थ्यांना सांगत आलो आहे. शिक्षकांना समोर बसलेल्या विद्यार्थ्यांचा पालक व्हावं लागतं, वेळप्रसंगी त्यांची आई व्हावं लागतं. विषयाची पुस्तकं वाचणं हे शिक्षकाचं कर्तव्य आहे; पण त्या विषयाबरोबरच शिक्षणाच्या मूलभूत उद्दिष्टांचं भान बाळगणं हे त्याहूनही महत्त्वाचं आहे.

शिक्षकाला ऊर्जेचा स्रोत व्हावं लागतं आणि ही ऊर्जा विद्यार्थ्यांकडूनच मिळत असते.

•••

दहावी-काढू शिक्षणव्यवस्थेचा जाहीर निषेध!

आपण हळूहळू सुशिक्षित निरक्षरांच्या तावडीत जात आहोत.

एकदा एका शाळेच्या मुख्याध्यापिका आणि एक मास्तरीणबाई भेटल्या. आमच्या गावात काही शालाबाह्य विद्यार्थी आहेत का, याची चौकशी करायला आल्या होत्या. मी बकऱ्या आणि म्हशी चारणारी दोन मुलं दाखवून दिली. मग त्यांनी त्या मुलांची माहिती लिहून घेतली. त्यांच्या आईवडिलांशी बोलायला आम्ही त्यांच्या घरी गेलो. प्राथमिक बोलाचाली झाल्यावर त्या शिक्षिका म्हणाल्या, ''तुमच्या महेशला आमच्या शाळेत टाका.''

''पन तुमची शाळा तं आमाले लै दूर पडते. न्याची-आनाची सोय कशी करा?''

''आमच्या शाळेचा ऑटो रोज न्यायला आणि सोडवायला येत जाईल. तुम्ही त्याची काळजी करायचं काम नाही.''

''शाळाचे कपडे, वया-पुस्तकं, यायचा खरच परवडत नाई जी आमाले.''

''अहो दादा, तुम्हांला काईच करावं नाही लागत. शाळेचे कपडे, दप्तर, वह्या-पुस्तकं सगळं आम्ही देतो त्याला. तुम्ही फक्त दाखला आणून द्या त्याचा.''

''त्याचा दाखला तं तिकडं बोरीच्या शाळेत हाय जी. एक दिस मोडून कोन जाईन दाकला आणाले, बशीचं भाडं कोन खरचीन?''

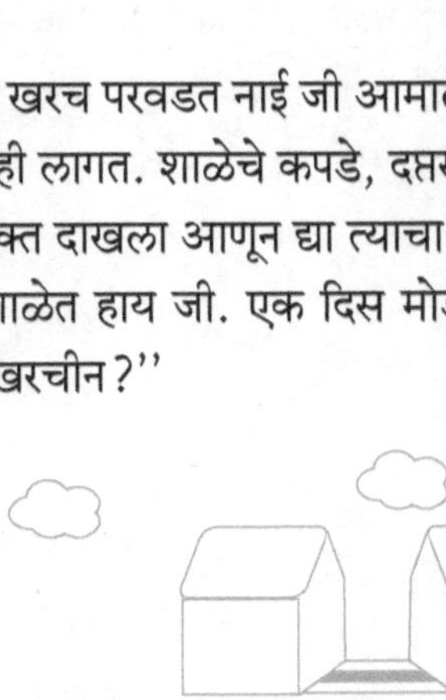

''आम्ही देतो बसचं भाडं. तुम्ही दाखला घेऊन या जाऊन.''

इथपर्यंतची चर्चा ठीक चालली होती. पुढे अचानक त्या बाई म्हणाल्या, ''दादा, तुम्ही फक्त एक वेळ दाखला आणून द्या, आम्ही त्याची दहावी काढून देतो.''

यावर मी एकदम दचकून त्या बाईंकडे पाहिलं! तिथून बाहेर पडल्यावर मी त्यांना त्यांच्या बोलण्याचा अर्थ विचारला. त्यांनी दिलेलं उत्तर ऐकल्यावर शिक्षण विभाग कायमचा बंद करून शासनाचा त्यावर होणारा खर्च का वाचवू नये, असा विचार मनात आला.

त्या म्हणाल्या, ''या मुलांना काहीच लिहिता-वाचता येत नाही. यांचे पेपर आम्हीच लिहून काढतो. दहावीलासुद्धा बदली पोरं बसवून त्यांना पुस्तकं देऊन पेपर लिहून घेतो. मग ही पोरं कशीतरी दहावी पास होऊन बाहेर निघतात.''

अनेक शाळा अनुदान वाचवण्यासाठी हे उद्योग करतात, असं पुढील चर्चेत समजलं. खोटे दाखले जमा करून शाळा वाचवल्या जातात. विद्यार्थी नसतील तर शाळा बंद पडतील... मग शिक्षक अतिरिक्त होतील... पगार निघायला अडचणी येतील... नोकऱ्या जातील; या सगळ्या अडचणी टाळण्यासाठी काही शाळेच्या शिक्षकांनी हा 'दहावी काढून द्यायचा मार्ग' शोधला आहे. या गोरखधंद्यातून लिहिता-वाचता न येणारे विद्यार्थी दहावी पास होऊन बाहेर पडत आहेत. पुढे कदाचित काही विनाअनुदानित ज्युनिअर कॉलेज बारावी काढून देत असतील. काही कॉलेज पदवी काढून देत असतील. 'तेरी भी चूप - मेरी भी चूप' या धर्तीवर हे चालत नसेल कशावरून?

मग ज्या पालकांची मुलं मेहनतीने अभ्यास करून शिक्षण मिळवतात त्यांच्या मेहनतीचा उपयोग काय? त्यांच्या कष्टाला काही अर्थ आहे की नाही? झोपलाय का महाराष्ट्र शासनाचा शिक्षण विभाग? कितीतरी शाळांमधून मी फिरले आहे. शिक्षकांना धड शुद्धलेखन येत नाही, धड व्याकरण येत नाही, धड कंटेंटचं ज्ञान नाही, अशी अवस्था आहे.

शिक्षिका आणि शालाबाह्य पोराच्या बापामधला संवाद ऐकल्यावर मला खूप वाईट वाटलं. शिक्षक एकेका विद्यार्थ्यासाठी असे दारोदार फिरत आहेत हे फार भयानक वास्तव आहे. विद्यार्थी मिळवण्यासाठी भिकाऱ्यासारखं झोळी घेऊन फिरणाऱ्या शिक्षकांची दया येते, कीव येते, लाज वाटते.

शिक्षक एकजुटीने शासनाशी का बोलत नाहीत? शासनाची धोरणं चुकत असतील तर का सांगत नाहीत? अध्ययन आणि अध्यापन या कामातून बाहेर काढून शिक्षकांच्या खांद्यांवर कारकुनीचा बोजा टाकणाऱ्या, दिवसचे दिवस निरर्थक माहिती भरायला लावून त्यांचा टाइमपास करणाऱ्या, त्यांच्यावर शालाबाह्य कामाची ओझी लादणाऱ्या मूर्ख-अविवेकी-अविचारी शैक्षणिक धोरणांचा मी जाहीर निषेध करत आहे.

ही बोजड-बिनकामी-बिनडोक माहिती जमा करणारी सॉफ्टवेअर्स डिलीट करून शिक्षकांचा आणि विद्यार्थ्यांचा समोरासमोर सुसंवाद घडवून आणला पाहिजे... अध्ययन आणि अध्यापनाच्या रसरसत्या वातावरणाने शाळा बहरल्या पाहिजेत... सर्वांत महत्त्वाचं म्हणजे, शिक्षकभरती घोटाळ्यांनी न होता गुणवत्तेवर झाली पाहिजे; अन्यथा 'दहावीकाढू' शिक्षणपद्धतीतून बाहेर पडणारे अंगठाबहाद्दर सगळी नैतिकता गिळून समाजाच्या उरावर बसतील. राजकारणाचे तीन-तेरा वाजवणाऱ्या नेत्यांपेक्षाही शिक्षकांनी चालवलेला हा भ्रष्टाचार लोकशाहीचा वेगाने गळा घोटणार आहे.

•••

शिकरण

मी, किशा, मंग्या आणि संत्या चौघांनी मिळून नंदनवन कॉलनीत रूम घेतली होती. मराठीत 'अठरा विश्वे दारिद्र्य' असा वाक्प्रचार वापरला जातो. पण आमच्या चौघांच्याही घरचं अठरा दुणे छत्तीस किंवा अठरा त्रिक जे काय असेल... त्याहीपेक्षा जास्त विश्वे दारिद्र्य होतं असं म्हणायला हरकत नाही. अशा अपार दारिद्र्याच्या झळा सोसत आम्ही प्रथम वर्ष कला या वर्गात शिकत होतो. घरात खाण्याची मारामार आणि रानात पिकाची मारामार... असल्या अफाट परिस्थितीतून आम्ही बारावी पास होऊन औरंगाबादला कॉलेज शिकायला आलो, हाच एक महान चमत्कार होता!

मिलिंद महाविद्यालयात आम्ही शिष्यवृत्तीवर शिकत होतो. रूम करून राहणाऱ्या मुलांना महिन्याचे महिन्याला घरून पैसे येत असत. आमच्या घरून तसे काही येण्याची सुतराम शक्यता नव्हती. आमच्या बापाकडे जेव्हा-केव्हा पैसे येतील तेव्हा तो घर सांभाळून त्यातले काही आम्हांला पाठवत असे. चौघांपैकी एकाच्या घरून अशी काही मनी ऑर्डर आली की ती आम्हांला दिवाळी वाटे. मनिऑर्डरचा पैसा दिसल्यावर आम्हांला मटण खाऊसे वाटे. पण, आज मटण करून खाल्ले तर पुढचे आठ दिवस उपासमार होण्याची शक्यता असल्यामुळे आम्ही मटणाचा विचार टाळून सरळ पाच-दहा किलो गहू विकत आणत असू आणि जवळच्या चक्कीवरून दळण आणून पीठ सांभाळून ठेवत असू.

भाज्या विकत आणायला संध्याकाळी बाजारात गेले की दिवसभर पाणी

मारून-मारून खराब झालेल्या भाज्या स्वस्त मिळतात, हे आम्ही अनुभवाने शिकलो होतो. त्यामुळे रोज संध्याकाळी जाऊन स्वस्तातल्या भाज्या आणायच्या आणि त्यातला चांगला भाग निवडून त्याची भाजी करून खायची, हा आमचा प्रतिपाठ होता.

गल्लीत कुणाच्या घरी काही कार्यक्रम असेल आणि आम्हांला जेवायला बोलावतील तो त्या काळी सुगीचा काळ मानला जाई. एरवी बाराही महिने तंगीचा काळ कायम सुरू राही. कॉलेजवरून घरी आल्यानंतर पीठ चुरून दहा-बारा पोळ्या टाकणे आणि घरून आलेल्या उडदाच्या किंवा तुरीच्या डाळीचे वरण स्टोव्हवर शिजायला लावणे ही कामे आम्ही आळीपाळीने समजदारपणे वाटून घेतली होती. गरीब माणूस आपोआपच समजदार होत असतो. आम्ही इतक्या लहान वयातच इतके समजदार झालो होतो, की पॉश कपडे घालून कॉलेजला येणाऱ्या आणि झाडाखाली उभा राहून पोरींशी बोलणाऱ्या मुलांवरसुद्धा आम्ही अजिबात जळत नव्हतो. कारण आमच्याकडे त्यांच्यावर जळायलासुद्धा फुकट वेळ नव्हता!

घरी जाऊन स्वयंपाक वाट बघत असे. पाच रुपयांचा फोरन साबण आणून आम्ही आठवड्यातून दोन ते तीन वेळा कपडे स्वच्छ धुऊन वाळवत असू. धुतलेल्या कपड्यांना इस्त्री करण्याची चैन आमच्या 'बा'लासुद्धा शक्य नव्हती. कपड्यांना इस्त्री केल्याने जीवनात फार काही फरक पडतो, असे मला आजही वाटत नाही.

अशात एकदा फार-फार जोराची तंगी सुरू होती. आमच्याकडे जहर खायलासुद्धा पैसे नव्हते. एखाद्या मित्राकडे उधार-उसनवार मागायला जावे तर आमच्यासारख्या गरिबाच्या तोंडावर कोण खडकू फेकून मारणार, असा गंभीर प्रश्न होता. आमचे सगळे मित्र आमच्यासारखेच दरिद्रवंत असल्यामुळे आमच्या तोंडावर फेकून मारण्यासाठी कुणाकडे खडकू असण्याची शक्यताही नव्हती. रूमवर चार-पाच दिवस पुरेल इतके गव्हाचे पीठ अजून शिल्लक होते. भाजी आणि तेल आणायला मात्र पैसे नव्हते. सुहासकडून उसने आणलेले पैसे स्टोव्हमध्ये रॉकेल भरण्यातच संपून गेले. बरं, रॉकेल न आणावे तर पोळ्या तरी कशा भाजायच्या?

गरिबांनी रोज थंड पाण्याने अंघोळ करावी, कारण गरम पाणी गरिबाच्या शरीराला सोसत नाही, असे आम्ही स्वतःच्या मनाला पुरेपूर बजावले होते...

आणि एखाद्या महान संतांप्रमाणे आमचे मन आमच्या ताब्यात होते. आम्ही सांगू ते, ते निमूटपणाने ऐकायचे. गरिबाने फालतू शौक केले तर त्याला फुकट मरावे लागे हेसुद्धा आम्ही त्याच काळी आमच्या मनाला बजावून ठेवले होते. आमचे मन ते अजूनही विसरलेले नाही. याच कारणाने आजही आम्हांला कसलाही फालतू शौक नाही, हे आम्ही अभिमानाने सांगू शकतो.

तर, अशा बेकार तंगीच्या दिवसांत घरी गेल्यानंतर आज चपातीशी काय खावे... या विचारात आम्ही चौघेही गढून गेलो होतो. वर्गात प्राध्यापक काय शिकवतोय तिकडे चौघांचेही अजिबात लक्ष नव्हते.

पण 'देव तारी त्याला कोण मारी?' कॉलेज सुटल्यानंतर घराकडे जाताना समोरून आमचा एक मित्र पांडुरंग आठवले एका मोठ्याशा थैलीत काहीतरी घेऊन येताना दिसला. तो एका चर्चमध्ये खोली करून राहत होता. त्याचीही परिस्थिती आमच्यासारखीच. आज चर्चच्या आवारातील केळीच्या झाडाचा, धम्म पिकलेला पिवळाधमक केळाचा घड घेऊन तो आम्हांला भेटायला आला होता. आम्हांला केळी देऊन आमच्याच रूमवर जेवून जाण्याचा त्याचा बेत होता, हे आम्ही लगेच ओळखले. त्या काळी आम्ही सगळेच आवळा देऊन कोहळा काढण्यात पटाईत होतो. तरीही, आम्हांला खूप आनंद झाला.

एकदा महालक्ष्मीच्या प्रसादात केळ्याचे शिकरण वाढलेले मी पाहिले होते. पण ते कसे करतात मला अजिबात माहीत नव्हते. त्यात केळं आणि दूध असते एवढे मात्र नक्की माहीत होते. आम्ही राहत होतो त्या बोळकांडाच्या कोपऱ्यावर एक दुधाची डेअरी होती. दूधवाला आम्हांला रोज कॉलेजला येता-जाताना पाहत होता. त्यामुळे त्यांची आणि आमची पक्की तोंडओळख झालेली होती. अर्धा लीटर दूध उधार द्यायला तो नाही म्हणणार नाही, याची मला खात्री होती.

आज घरी जाऊन शिकरण आणि पोळी खायची हा बेत मी चालता-चालताच माझ्या मित्रांना सांगितला. 'मरता क्या न करता?' माझ्या मित्रांनाही हा बेत आवडला. 'पण शिकरण कुणाला करता येतं?' आगाऊ किशाने प्रश्न विचारला. 'मला येतं.' मी ठोकून दिले. 'तू कुठे शिकलास?' 'केटरिंगमध्ये.' सुट्टीच्या दिवशी मी केटरिंगच्या कामाला जायचो हे सर्वांना माहीत होतं. चपातीशी काय खायचे

हा गहन प्रश्न सुटल्यामुळे आमचा मूड बदलला. आम्ही हसतखेळत, गप्पा मारत रूमकडे निघालो.

जर्मनचा गंज घेऊन मंग्या दूध आणायला गेला. तो आल्यावर आम्ही स्टोव्ह पेटवला... तोपर्यंत केळं सोलून आम्ही त्याचे बारीकबारीक तुकडे करून ठेवले होते. आमच्याकडे भाजी शिजवण्यासाठी एकुलता एक मोठा गंज होता आणि दुसरा चहाचा. चहाच्या गंजाचा रंग बिल्डिंगच्या कोपऱ्यात पान थुकून-थुकून होतो तसा गडद झाला होता. मग अजिबात वेळ न दवडता आम्ही दुधाचा गंज पेटलेल्या स्टोव्हवर ठेवला. दुधाला उकळी आली आणि स्टोव्ह बारीक करून आम्ही केळाचे सर्व तुकडे त्या दुधात टाकले आणि चमच्याने हलवायला सुरुवात केली. पाच-दहा मिनिटांनंतर गंजात एक चिकट लगदा तयार झाला.

'कधी होतं रे बॉ हे शिकरण? अजून किती टाइम लागते याले?'

त्याला अजून किती टाइम लागते ते तर मलाही समजत नव्हतं. नांदुरा तालुक्यातल्या औधा खेड्यातून आलेला मी तरुण. शिकरण माझ्या बाने कधी खाल्ले नव्हते. शिकरण असं काऊन दिसतं... असाच मीही मनात विचार करत होतो. मग शहाणपणाने मी पटकन स्टोव्ह बंद केला आणि म्हटलं, 'शिकरण तयार झालंय. चला टाका पोळ्या.' प्रत्येकाच्या ताटात दोन-दोन पोळ्या आणि एक चमचा शिकरणाचा लगदा ठेवला. पोळ्या होईपर्यंत त्याचा रंग काळवंडत गेला होता.

''असं दिसत असतं का रे बॉ शिकरण?''

''मंग कसं दिसत असतं तं?''

''मले का माहीत बा कसं दिसत असतं तं? मी तं पहिल्यानेच खाऊन रायलो ना!''

''भेटून त राहिलं ना खायले. खाय ना बे गुपचूप.''

पाच जणांपैकी एकालाही तो शिकरणाचा लगदा आवडला नाही. पण आम्ही इतके तरुण होतो, आमची भूक इतकी ताजीतवानी होती, की आम्ही चाटूनपुसून गंज साफ केला. भुकेने मेंदूचा आणि चवीचा संबंध पार तोडून टाकला होता. गरिबीने आम्हांला खूप शहाणपण दिले.

आज आम्ही पाचही जण चांगल्या परिस्थितीत जगत आहोत. परंतु १९९२मध्ये भुकेच्या तडाख्यात दाबलेलं ते शिकरण आम्ही आजही अजिबात विसरलेलो नाही!

•••

पार-संस्कृती

माझ्या मुलाच्या शाळेच्या बाहेरचं खूप मोठं, जुनं झाड पावसाने कोसळून पडलं. त्याच्या खाली दोन रिक्षा आणि काही गाड्यांचा चुराडा झाला. सुदैवाने काहीही जीवितहानी झाली नाही याचा सर्वांना आनंद झाला.

मला माझ्या शाळेच्या बाजूला असलेली मोठमोठी झाडं आठवली... आमच्या शाळेबाहेर असलेल्या जुन्या झाडांना मोठमोठे दगडी पार बांधलेले होते. आणि गावातही जिथे-जिथे म्हणून मोठी झाडं होती त्या प्रत्येक झाडाला भक्कम दगडी पार बांधलेले होते.

मारुतीच्या देवळासमोरच्या मोठ्या वडाच्या झाडाखालचा पार म्हणजे तर शिळोप्याच्या गप्पा मारण्याची गावातल्या लोकांची आवडीची जागा होती. सकाळच्या वेळेस न्हावी तिथेच बसून लोकांच्या दाढ्या आणि हजामती करत असे. तसेच गावातील इतर लोकही एकमेकांच्या चांभारचौकश्या करण्यासाठी तिथेच येऊन बसत. घरातला एखादा रिकामटेकडा माणूस सापडत नसला की 'बघा तिकडं पारावर कडमडला असेल', असं बोललं जाई.

पार म्हणजे रिकामटेकड्या लोकांचा गप्पांचा अड्डा होता. दुपारी घरात नातवंडं रडत असतील तर घरातली म्हातारीकोतारी माणसं पारावर जाऊन ताणून देत असत. बाजाराच्या दिवशी फण्या-कंगवे-आरसे विकणारा माणूस पारावर येऊन बसत असे. गावातले गुरुजी आणि इतर काही लोक दैनिक वृत्तपत्र वाचण्यासाठी पारावर येऊन बसत असत. त्या काळचे हौशी लोक हातात ट्रांझिस्टर रेडिओ घेऊन

सकाळ-संध्याकाळ पारावर येऊन बसत आणि लोकांची फुकट गाणी ऐकण्याची सोय होई. निवडणुकांचे निकाल ऐकण्यासाठी लोक पारावर येऊन बसत. घरात बसून निकाल ऐकण्यात त्यांना मजा वाटत नसे.

पार ही गावातल्या लोकांची गप्पा मारत बसण्याची आवडीची जागा होती. उन्हाळ्यात सावलीसाठी आणि हिवाळ्यात ऊन खाण्यासाठी तो भलामोठा पार ही लोकांची ठरलेली जागा होती. प्राथमिक आरोग्य केंद्राचे डॉक्टर वेगवेगळ्या रोगांच्या डॉक्युमेंटऱ्या पारावरच दाखवत असत. दूरदर्शनचा जमाना नसल्यामुळे लोक कुष्ठरोगाच्या डॉक्युमेंटऱ्या पाहायलासुद्धा गर्दी करत असत. पिकावर पडलेल्या रोगांची माहिती देणारे अधिकारी पारावर लोक जमा करून माहिती देत असत. दवंडीवाला पहिली दवंडी द्यायला पारापासूनच सुरुवात करत असे.

बारा महिने अठरा काळ पुरुषांच्या ताब्यात असलेल्या या पाराचा संपूर्ण ताबा वर्षातून फक्त एकच दिवस बायकांच्या हाती यायचा. तो एकमेव दिवस म्हणजे, वटपौर्णिमा. या दिवशी सकाळपासून ते थेट संध्याकाळपर्यंत पारावर फक्त नटूनथटून मिरवणाऱ्या बायका आणि मुली दिसायच्या.

नवरदेव मारुतीच्या पाया पडायला देवळात गेला की वरातीत नाचून घामाघूम झालेली वऱ्हाडी मंडळी पारावर सावलीला टेकायची.

कोणे एके काळी हा पार पुरता ढासळला होता. त्या वेळेस एका ब्रिटिश अधिकाऱ्याने पुन्हा एकदा घडीव चिरे बसवून पाराची पुनर्बांधणी करवून घेतली होती, असं जुन्या काळचे लोक सांगत.

मुलाच्या शाळेच्या बाहेरचं भक्कम झाड एकाएकी कोसळलं आणि मला पाराची आठवण झाली. आज पार हा शब्दसुद्धा विस्मृतीत गेला आहे. अनेक लोकांना पार म्हणजे काय, तेही माहीत नसेल.

जुन्या काळातल्या अनेक सुधारणांमध्ये जुन्या झाडांना पार बांधण्यासाठी बखरीमध्ये एक सूचना लिहिलेली आढळते. ती अशी की : 'झाड खूप जुनं झालं असेल तर वाऱ्या-पावसाने ते पडू नये म्हणून त्याला पुरुषभर उंचीचा पार बांधावा.' अशा सूचना जुन्या बखरीमध्ये वाचल्याचे आठवते. यावरून लोक झाडाबद्दल किती जागरूक होते हे लक्षात येते. तसेच रयतेच्या कल्याणाची सत्ताधाऱ्यांना असलेली काळजीही त्यातून दिसून येते.

आता माणसांना गाड्या लावण्यासाठी जागा अपुरी पडते तर झाडाला पार कुठून बांधणार! मग दुर्घटना घडतात. परंतु पाराचं सौंदर्य काही वेगळंच होतं. उन्हाळ्यात लोक सावलीसाठी झाडाच्या पाराखाली जाऊन बसत. गावातली काही मुलं अभ्यासासाठी पारावर जाऊन बसत. पार हा फक्त कडक उन्हाळ्यात आणि पावसाळ्यातच रिकामा दिसे.

एरवी पार सतत गजबजलेला राही. संध्याकाळच्या वेळेस झाडावरच्या असंख्य पक्ष्यांच्या गोंगाटाने आणि दिवसभर गावातल्या वेगवेगळ्या वयाच्या लोकांनी तो गजबजलेला असे. शाळेच्या खोलीची दुरुस्ती सुरू असताना गावातल्या गुरुजींनी चक्क आठ दिवस झाडाच्या पारावर शाळा भरवली होती. मुलांची गाणी, पाढे आणि गुरुजींच्या शिकवण्याने गजबजलेला तो पार आता पार काळाआड गेला आहे. झाडावर कुऱ्हाड मारून जागा बळकावण्यासाठी जागरूक असलेल्या लोकांना पार म्हणजे मोठीच अडचण वाटणार! जुन्या अनेक मजेदार, बहुउपयोगी आणि आनंददायक गोष्टींप्रमाणेच पार-संस्कृतीही आता जवळजवळ पार लयाला गेली आहे.

•••

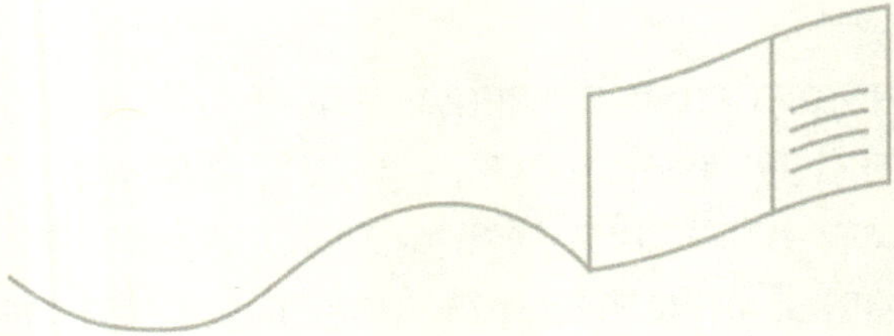

जा जा पत्रा... मार भरारी!

जुनी कागदपत्रं चाळताना आजोबांनी आईला लिहिलेली काही पोस्टकार्डं हाती लागली. प्रत्येक पत्राची सुरुवात 'श्री राम' असं लिहून केलेली दिसते. पत्राची किंमत पंधरा पैसे छापलेली आहे. पत्रात सर्वांची खुशाली, सर्वांना आशीर्वाद आणि वेळेवर जेवण्याचा सल्ला दिला आहे. आजोबांचं अक्षर अगदी मोडी वळणाचं होतं. खरंतर हे पत्र काही मोठं साहित्यिक मूल्य असलेलं किंवा काव्यात्मक पत्र नाही; पण सातारा जिल्ह्यातल्या लोणंदहून दूर यवतमाळ जिल्ह्यात दिग्रसला राहणाऱ्या लेकीची आणि तिच्या लेकरांची काळजी आणि आतड्यातील माया त्या शब्दाशब्दांत तुडुंब भरलेली दिसते.

हृदयातलं गूज सांगायला महाकाव्य लिहायची गरज नसते. ते एका वाक्यात, एका शब्दात किंवा एका हुंकारातूनसुद्धा व्यक्त करता येतं. पंचवीस-तीस वर्षांपूर्वी पत्रव्यवहार हे संवादाचं एक लोकप्रिय माध्यम होतं. टेलिफोन अस्तिवात होता ; पण घरोघरी नाही. स्वस्तात ख्यालीखुशाली कळवण्यासाठी पत्रव्यवहार हाच सुलभ पर्याय होता. आंतरदेशीय पत्र हा तरुणांमध्ये लोकप्रिय प्रकार होता. इतर मंडळी मात्र जास्त मजकूर असेल तरच आंतरदेशीय वापरायची. फक्त नातेवाइकांनाच नव्हे, तर मित्र-मैत्रिणींनासुद्धा उदंड पत्रं लिहिली जायची.

पत्र लिहिताना पत्राचा मायना, मसुदा आणि शेवट याबाबतचे तत्कालीन नियम काटेकोरपणे पाळले जात. 'गंभा निर्मलाताईंचे चरणी वसंताचा शिसानविवि', 'वज्रचुडेमंडित काशीबाईंचे चरणी नंदकुमारचा शिरसाष्टांग दंडवत' अशा प्रकारचे

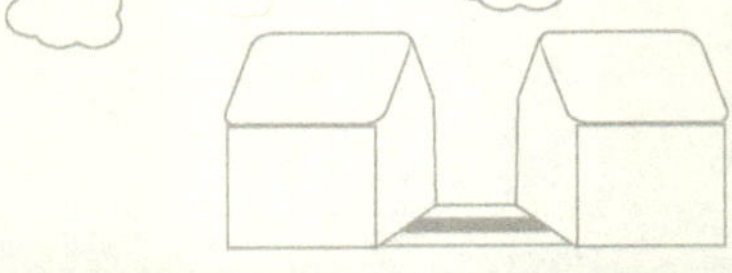

मायने सर्रास वापरले जात. कृसानविवि म्हणजे कृतानेक साष्टांग नमस्कार विनंती विशेष. तसेच शिसानविवि म्हणजे शिरसाष्टांग नमस्कार विनंती विशेष. गंभा म्हणजे गंगा भागीरथी, हा मायना विधवा स्त्रियांसाठी वापरला जात असे. मुलीच्या सासरी म्हणजे सोयऱ्याच्या घरी पत्र लिहिताना वयानुसार नमस्कार आणि आशीर्वाद लिहायची पूर्ण काळजी घेतली जात असे. तसे केले नाही तर जावई किंवा त्याच्या आईवडिलांना राग यायचा.

तरुण मुलंमुली मात्र पत्रात नवनवे प्रयोग करत. ज्येष्ठ व्यक्तींची नावं त्यांच्या घरातील मानपानानुसार आणि वयानुसार उतरत्या क्रमाने लिहिण्याची प्रथा होती. जसे, तीर्थस्वरूप आजी-आजोबा, मोठे मामा-मामी, नंदूमामा, उमेशमामा सर्वांना मानाप्रमाणे नमस्कार व लहानांना आशीर्वाद. यात वयानुसार उतरंडीने नमस्कार व आशीर्वाद असे लिहिले जाई. 'लव्ह यू', 'मिस यू' असले शॉर्ट प्रकार त्या वेळी अस्तित्वात नव्हते. रोजरोज लव्ह यू, मिस यू न लिहिताही हृदयाच्या तळात खोलवर आस्था माया, प्रेम, आपुलकीचे जिवंत झरे शब्दांतून झिरपत राहायचे. या झऱ्यातून उसळणारे भावनांचे कल्लोळ पत्ररूपाने एकमेकांजवळ पोहोचवले जायचे. हे मायेने ओथंबलेले शब्द मनाला सुखद गारवा द्यायचे. हे साधेसुधे शब्द शिणलेल्या मनावर अँटी-ऑक्सिडंटप्रमाणे काम करायचे. सासुरवाशिणीसाठी माहेरचं पत्र म्हणजे 'हार्मोन संतुलन काढा' असायचा. ते पत्र म्हणजे, तिच्या पाठीशी असलेल्या भक्कम आशीर्वादाचं प्रतीक असायचं.

उठसूट कितीही फोन केला तरी कागदावर उमटलेल्या हृदयांतर्गत भावनांची बोललेल्या शब्दाला सर नाही. 'कधी कसलीही काळजी करू नकोस, रामराया पाठीशी आहे.' असा सुशांत धीर देणारे शब्द असोत किंवा 'त्यांची करणी त्यांना भावेल, आपण आपला धर्म सोडू नये', असा संयत शब्दात दिलेला सल्ला असो. किती साधे, किती अचूक शब्द! संसारातल्या सुखदुःखाच्या आणि अन्याय-अपमानाच्या धगीने पोळलेल्या लेकीला धीर देण्यासाठी काळजातून बाहेर पडलेले अर्थवान शब्द... उत्कट मायेचं पांघरूण घालणारे शब्द....

१० ऑक्टोबरला राष्ट्रीय डाक दिवस साजरा केला जातो. अनेक संस्था विविध स्तरांवर पत्रलेखन स्पर्धा घेऊन आठवणींना उजाळा द्यायचा प्रयत्न करतात. पण स्पर्धेसाठी लिहिलेल्या पत्राला मनापासून लिहिलेल्या पत्राची सर नाही. नवरा

दुसऱ्या गावी असेल तर पत्र येण्याच्या दिवशी ती बाई अंगणात येरझारा घालायची. नवऱ्याचं पत्र आलं की छातीशी कुरवाळण्यात तिचा दिवस जायचा.

मुलाच्या मनी ऑर्डरसाठी वृद्ध वडील पोस्टात चकरा मारायचे. राखी पौर्णिमेच्या ओवाळणीची मनी ऑर्डर येईल म्हणून अधीर झालेल्या बहिणी, बापाच्या मनी ऑर्डरची वाट पाहणारे शिक्षणाकरिता दूरगावी राहणारे विद्यार्थी, कथा-कवितेच्या मानधनाच्या मनी ऑर्डरची वाट पाहणारे कवी आणि लेखक ही सगळी पात्रं आता काळाच्या पडद्याआड गेली आहेत. मनी ऑर्डरही लवकरच तारेप्रमाणे बंद होण्याच्या मार्गावर आहे.

पूर्वी कवी-लेखकांचे पत्ते मासिकांमधून त्यांच्या लेखाखाली वगैरे छापले जायचे. चाहतेही आपल्या आवडीच्या लेखकाला भरभरून पत्र लिहीत. लेखक-कवीही जोमाने, फुरसतीने सर्व पत्रांना लेखी उत्तरं देत. आपल्या आवडीच्या लेखकाचं पत्र चाहते अगदी जपून ठेवत. त्या पत्रांना मौल्यवान ऐवजाप्रमाणे जतन केलं जाई.

तासाभरात फेसबुकवर शंभर लाइक येण्याच्या काळात हे सगळं हास्यास्पद वाटेल; पण लिखित पत्रं अत्यंत मार्मिक असत, अतिशय विचारपूर्वक लिहिलेली असत. त्यात नुसता 'मस्तच', 'छानच', 'सुरेखच' असा 'च'कारी कमेंट नाही तर जीवनोपयोगी मार्गदर्शन असे. भावनांच्या हळुवार फुंकरीने मनाच्या फुलाला फुलवण्याची ऊर्जात्मक ताकद त्या पत्रांमध्ये होती.

एक, दोन, पाच, दहा वर्षांनंतर गंतव्य ठिकाणी पोहोचलेल्या पत्रांच्या बातम्या वृत्तपत्रातून छापल्या जायच्या. लोक या बातम्या आश्चर्याने आणि आवडीने वाचायचे. 'तुमची मुलगी आम्हांस पसंत आहे. गौरी-गणपती उरकल्यानंतर बैठकीस बोलवावे.' असं पत्र त्या मुलीच्या बाळाच्या बारशाला पोहोचायचं. असलेही चमत्कार पोस्ट खात्याच्या कृपेने घडत असत.

वहीत किंवा पुस्तकात घालून चोरून दिलेली पत्रं ही ॲथोराईज्ड पत्रांच्या यादीत समाविष्ट करता येणार नाहीत. ही पत्रं (गावठी भाषेत याला 'चिठ्ठ्या' असं संबोधलं जात असे.) इच्छुक व्यक्तीपर्यंत पोहोचवण्यासाठी धम्माल करामती केल्या जात! (हा संपूर्ण वेगळ्या विनोदी लेखाचा विषय होऊ शकतो.)

खेड्यापाड्यांत राहणाऱ्या बहिणीबहिणी किंवा मित्रमैत्रिणी एकमेकांना पत्रं

लिहिताना, पत्राच्या शेवटी काही काव्यात्मक ओळींचा आवर्जून वापर करत असत, तो असा –

'जा जा पत्रा मार भरारी
जाऊन सांग माझ्या भावाच्या कानी
खूप सुखी आहे तुझी ताई
अजिबात काळजी करू नकोस भाई'

किंवा

'जा जा पत्रा मार भरारी
निरोप माझा पोहोचव माझ्या अंगणी
काळजी करू नकोस आई
सुखी आहे तुझी बाळी'

किंवा

'जा जा पत्रा मार भरारी
जाऊन सांग माझ्या आईच्या कानी
तुझ्या आठवणीने येते डोळ्यांत पाणी...'

किंवा

'जा जा पत्रा मार भरारी
सांग माझ्या लाडकीच्या कानी
तुझ्यावाचून गोड लागत नाही अन्न-पाणी...'

वगैरे वगैरे. अशी भावनात्मक गगनभरारी घेत कुशल मंगल पोहोचवणाऱ्या पत्ररूपी पक्ष्यांचे पंख या तंत्रज्ञानाच्या अफाट प्रगतीने पार छाटून टाकले एवढं मात्र खरं!

•••

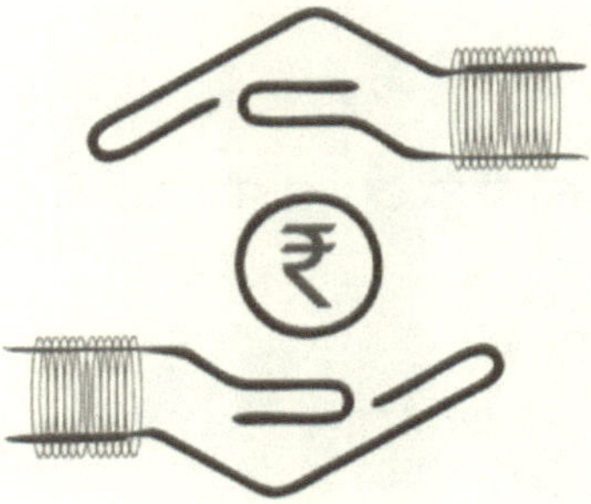

ग्रामीण महिलांचे 'लो बजेट-नो टेन्शन' अर्थकारण

ग्रामीण भागात घरकामासाठी मदतनीस महिला मिळत नाहीत, कारण खेड्यातल्या बायका जवळपासच्या शेतावर जाऊन काम करणे पसंत करतात. कापूस वेचणे, निंदणे, भोद भरणे, सोयाबीन सोंगणे ही कामे केल्यास २०० रुपयांपासून पुढे रोजंदारी मिळते. शेतातली ताजी भाजीबिजी खायला मिळते. घरापासून शेतापर्यंत जाण्या-येण्याचा खर्च ठेकेदार करतात. हे काम सिझनल असते. ते संपल्यानंतर सोयाबीन निवडणे, गहू चाळणे अशी कामे मिळतात. कडक उन्हाळ्यात बायका घरगुती उन्हाळकामे करणे पसंत करतात. नोकरदार महिलांना वेळ नसल्यामुळे त्या या महिलांकडून मुगोड्या, पापड, पापड्या करून घेतात. या कामाचेही चांगले पैसे मिळतात. सणासुदीला श्रीमंत घरी साफसफाईची, स्वयंपाकाची कामे करतात.

एकुणात ग्रामीण भागातल्या अशिक्षित महिला वर्षभर एकच काम किंवा नोकरी करत नाहीत. वर्षभर वेगवेगळी कामे त्यांना उपलब्ध असतात.

काही बचत गटात थोड्याफार शिकलेल्या बायका असतात. त्यांना शिवणकाम - कपड्यांचे अल्टरेशन, पापड-कुरडया-चिवडा बनवणे, इडली - मांडे किंवा पुरणपोळ्या यांची ऑर्डर घेणे, प्रदर्शनात स्टॉल लावून खाद्यपदार्थ विकणे, रोज दोन तास भाजीपाला विकणे, वस्तू बनवून विकणे अशी कामे करायला आवडतात.

सर्व महिला आपापले घरकाम आटोपून असे लहानसहान व्यवसाय करत

असतात. या महिलांना घरापासून दूर जाऊन नोकरीधंदा करणे अवघड पडते. दहा-बारा कोंबड्या किंवा चार-सहा बकऱ्या पाळणे, एखादी गाय राखणे ही कामे घरातल्या वृद्ध स्त्रिया करतात.

पावसाळ्यात श्रीमंत लोकांच्या बंगल्याभोवती वाढलेले गवत-तणकट काढून देतात. त्यासाठी लागणारे भांडवल म्हणजे फक्त शंभर-दीडशे रुपयांचा एक धारदार कोयता.

परिसरातून गवत-चारा आणून गायीला घालणे, दूध विकणे, अंडी विकणे ही दिसायला लहान कामे असली तरी यातून घरबसल्या चार पैसे गाठीला लागतात.

गावरान अंडे पंधरा ते वीस रुपयांना एक विकले जाते. गायीचे दूध साठ रुपये लीटर विकले जाते. दहीसुद्धा रोज विकले जाते. झाडाखाली पडलेल्या लिंबोळ्या, एरंडीच्या बिया वेचून विकल्यानंतर मिळालेल्या शंभर-दीडशे रुपयातही त्या खूश असतात. जवळपासच्या जंगलातून सरपणाचे भारे आणण्याचे कामही त्या करतात.

स्वतःचे स्वतंत्र उत्पादन करून ते विकण्यासाठी बाजार झांबलण्यापेक्षा, परिसरातील गरजांचे समाधान करणारी किंवा अंगावर उक्तं घेऊन केलेली कामे त्यांच्यासाठी नेहमीच फायदेशीर आणि तणावरहित असतात. या महिलांना बारमाही एकच काम करणे जमत नाही आणि आवडतही नाही. यांना गावातल्या गावात छोटेछोटे व्यवसाय करण्यासाठी मदत हवी असते.

बचत गटाच्या महिलांच्या मीटिंगमध्ये चर्चा करताना, 'त्यांना काम सुरू करण्यासाठी कुठल्या वस्तूंची गरज आहे?' असे विचारल्यावर त्यांनी मोठे पातेले, लाकडी डाव, मुगोड्या घालायला बांबूच्या परड्या, पापड्या टाकायला जाड प्लॅस्टिकचा कागद, पापड लाटायला चिरा असलेली लाटणी, सफाईयंत्र अशा गोष्टी मागितल्या. एका बाईने दारापुढे भाजी विकण्यासाठी टोपल्या आणि सावली करण्यासाठी बांबू मागितले. भाज्या झाकायला गोणपाट, चौघड्या शिवायला जुन्या साड्या... इतक्या किरकोळ भांडवलावर त्या एखादे काम सुरू करू शकतात.

एखादा उद्योग बुडाला म्हणून त्या फारशा निराश होत नाहीत. लगेच दुसरे नवीन काम शोधतात. नुकसानही फार मोठे झालेले नसते. या वस्तुस्थितीमुळे वितरणव्यवस्थेची काळजी, व्यावसायिक निराशा, बाजारपेठेतले मागणीतत्त्व यातल्या कुठल्याही गोष्टींचा त्यांच्या व्यवसायावर परिणाम होत नाही. खेड्यात

वर्षाची डाळ करून ठेवायची पद्धत आहे. तूर, मूग, उडीद या डाळी घरच्याघरी जात्यावर दळून द्यायचे काम बायका आवडीने करतात. विदर्भात घरोघरी घरची डाळ वापरायची पद्धत आहे. पॉलिशच्या डाळी खायला लोक नको म्हणतात. या कामात, डाळ बनवणारीला पौष्टिक कळणा फुकट खायला मिळतो, वर पैसेही मिळतात. चिंचा फोडणे, भुईमुगाच्या शेंगा फोडणे, शेवया बनवून देणे या कामांमुळे त्या उपाशी मरत नाहीत.

लोखंडी खलबत्त्यात कुटलेल्या शेंगदाण्याच्या चटणीला मागणी असते. बायका आपापले शेंगादाणे व तिखट आणून देतात. कुटलेली चटणी मोजूनमापून घेऊन जातात. याचेही घरबसल्या पैसे मिळतात. मार्केटिंगची भानगड नसते. दारी लिंबू-शेवगा-सिताफळाची झाडे वागवतात. त्यातूनही चार पैसे मिळतात. घरोघरी काही उपयोगी व जलद उत्पन्न देणारी फळझाडे आम्ही त्यांना देत आलो आहोत.

घरकाम सांभाळून असा रोजगार करणाऱ्या बायकांमुळे खेड्यातले संसार गरिबीतही व्यवस्थित चालतात. या महिलांना चार नवीन व्यवसाय शिकवण्यासाठी जिल्हा उद्योग केंद्रातर्फे मेळावा घ्यायचा विचार करत आहे. हे सगळे लक्षात घेऊन त्यांच्या गरजेच्या वस्तू त्यांना मिळवून देण्यासाठी बोधिसत्व फाउंडेशन प्रयत्न करत आहे.

जेमतेम दीड-दोन हजारांच्या भांडवलातून त्या उत्साहाने गरजेच्या वस्तू घ्यायला तयार असतात. हसतमुखाने कामाचे डोंगर इकडचे तिकडे हलवणाऱ्या ग्रामीण महिला ही आमच्या खेड्यांची खरी श्रीमंती आहे आणि राष्ट्राचं मौल्यवान मनुष्यबळसुद्धा!

दोन वेळेस पोटभर जेवण, माथ्यावर छप्पर आणि ल्यायला नव्या-जुन्या चार साड्या एवढ्या मोजक्या साधन-संपत्तीत अत्यंत समाधानाचे आयुष्य जगणाऱ्या या काटक-कष्टाळू बायकांच्या मदतीला मी नेहमीच आनंदाने तयार असते. तुम्हीही साथ द्या!

•••

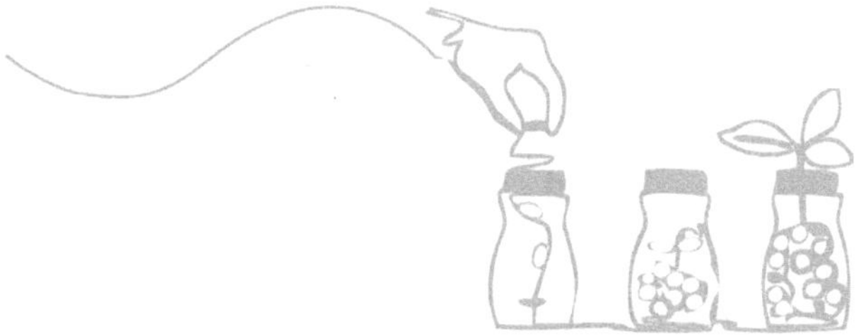

कुटुंबाची पत सांभाळणाऱ्या पतपेढ्या

आपण स्वतःच्या नवऱ्याला वेळोवेळी कशा प्रकारे आर्थिक मदत केली आहे हे सांगण्याची त्या दिवशी किटी पार्टीमध्ये स्पर्धा लागली होती.

''कार घ्यायला ७० हजार रुपये कमी पडत होते, तर पै-पै साठवून केलेली माझी सोन्याची चेन मोडून मी त्यांची हौस पूर्ण केली.''

''भिशी लावूलावू साठवलेले सगळे पैसे मी प्लॉटचं बुकिंग करायला दिले.''

''सकाळी कामावर जाताना नेहमी मीच ह्यांचे कपडे काढून देते. परवा मी बंटीचा डबा करण्यात बिझी होते, म्हणून ते स्वतःचे कपडे काढायला गेले आणि त्यांच्या हाताने माझ्या साडीखालच्या नोटा एकदम खाली पडल्या. तर लगेच 'एवढे पैसे कुणाचे?' म्हणून विचारायला लागले. मला तर वेळेवर काही सुचेचना. ते पैसे ताईनं ठेवायला दिलेत असं सांगून वेळ मारून नेली. एक तर इथं पाच-पाच, दहा-दहा रुपये जमा करून आपण पैसे साठवतो आणि नवऱ्याच्या डोळ्यांत पडले की सगळं मुसळ केरात!''

किटी पार्टीच्या निमित्ताने चहा-बिस्किटांबरोबर बायकांच्या मनातली सगळी खदखद बाहेर पडत होती.

वेळी-अवेळी नवऱ्याच्या खिशातले पाच-पन्नास रुपये काढून इकडेतिकडे डब्याडुब्यात नाहीतर साडीच्या घडीत लपवून ठेवणे हे सामान्य बायकांचे

हक्काचे अल्प उत्पन्नाचे साधन असते. लांबच्या ठिकाणी जाताना रिक्षाला पैसे घालवण्याऐवजी पायी चालत जायचे, दोन-तीन महिने कामवाली काढून स्वतः घरकाम करून पैसे वाचवायचे, वेळ मिळेल तसे आपले लहानमोठे कौशल्य वापरून चार पैसे मिळवायचे किंवा अनेक खटपटी करून चार पैसे वाचवायचे, असले उद्योग बायका निगुतीने करत असतात. संसारात काही लहानमोठे संकट आले किंवा आर्थिक गरज पडली की हे पैसे बाहेर पडतात.

याला अपवाद फक्त नोटबंदी होती. मोदीजींनी सगळ्या बायकांना आपापले ठेवणीतले पैसे बाहेर काढायला भाग पाडले होते.

सर्वसामान्य बायका कोंड्याचा मांडा करून काटकसरीने पैसे वाचवत राहतात. आपल्या कुटुंबाच्या, भविष्यातील गरजांचा विचार करून अनेक वेळा मन मारून चार पैसे बाजूला टाकत असतात. बायका हातात आलेले सगळे पैसे कधीच उधळून किंवा खर्च करून टाकत नाहीत. स्वयंपाकघरातले किराणा सामान असू दे किंवा पैशाचे व्यवहार असू दे; व्यवस्थित नियोजन करून चार पैशांची बचत करणे हा बायकांचा मूलभूत स्वभाव असतो. कुटुंबाच्या अडीनडीला मोठ्या अभिमानाने हे लपवलेले पैसे बायका नवऱ्याच्या हातात काढून ठेवतात.

नवऱ्याच्या अडचणीत मदत करताना, 'बघा, मी आहे म्हणून तुमचा संसार होतोय...' असा सार्थ अभिमान त्यांच्या चेहऱ्यावर तरळत असतो.

कुटुंबातल्या इतर स्त्रियांनी या लपवलेल्या पैशाची बातमी फोडली तर बायकांच्या तळपायाची आग मस्तकाला जाते. अहोरात्र स्वतःची मुलं आणि नवऱ्याच्या गरजांचा विचार करत असल्यामुळे अशा पद्धतीने पैसे लपवून ठेवण्याची त्यांची प्रवृत्ती असते.

घरातील दुखणी-बाणी, अडीअडचणी यांचा विचार करूनही अशी बचत केली जाते. तांदळाचा डबा, रव्याचा डबा, साड्यांच्या घड्या, ठेवणीतल्या कपड्यांच्या खालची जागा... या पैसे सांभाळून ठेवण्याच्या बायकांच्या मोक्याच्या जागा आहेत. सुदैवाने या पैशाची कौटुंबिक अडीअडचणीसाठी गरज पडली नाही तर ग्रॅम-दोन ग्रॅम सोनं घेण्यासाठी किंवा कुटुंबाच्या गरजेची एखादी हौसेची वस्तू घेण्यासाठी हे पैसे हक्काने वापरले जातात. किंवा मग नवरा घरी नसताना गॅस सिलेंडरवाला आला किंवा आणखी दारावर काही खरेदी करावी लागली तर

नाइलाजाने हे पैसे वापरले जातात. नंतर पुन्हा गनिमीकाव्याने व्यवस्थित वसूलही केले जातात.

बायका कमावत्या असोत किंवा गृहिणी; नवऱ्याच्या खिशातले पैसे काढून साठवणे हा जन्मसिद्ध हक्क त्या इमानेइतबारे बजावत असतात. नोकरी करणाऱ्या महिला नवऱ्याला चोरून एखादे तरी जास्तीचे आरडीचे खाते काढून पैसे वाचवायचा प्रयत्न करत राहतात.

घरातली कपाटं-फडताळं-कोनाडे, छपरातल्या फटी ही भारतीय महिलांनी पिढ्यान्‌पिढ्या जतन केलेली अनमोल जन-धन खाती आहेत. या खात्यातल्या ठेवींनी वर्षानुवर्षे कुटुंबांना बिनव्याजी कर्जे पुरवली आहेत. बारशी, लग्नं, मुंजी, बाळंतपणं, मुलांच्या फिया, लेकींची माहेरपणं... अशा अनेक प्रसंगी बिनबोभाट कर्ज पुरवणाऱ्या या घरगुती बँका, भारतीय महिलांच्या नियोजन, काटकसर, दूरदृष्टी आणि धोरणीपणाची मूर्तिमंत प्रतीके आहेत. संसारातल्या अटीतटीच्या प्रसंगी पतपुरवठा करून कुटुंबाची पत वाचवणाऱ्या या 'जिवंत पतपेढ्या' आहेत.

•••

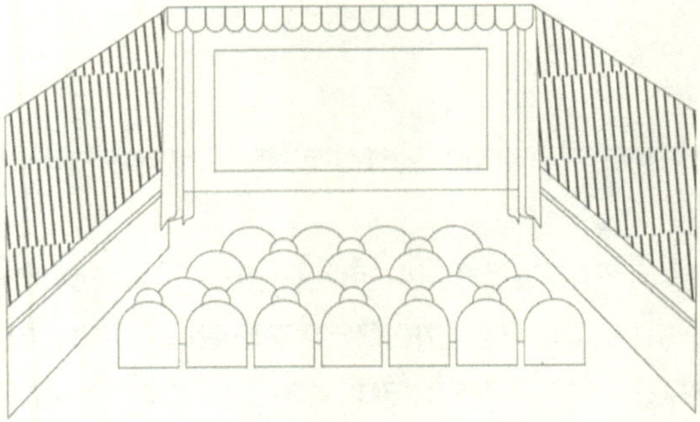

भाऊबली

''कल शिन्मा देखने जायेंगे क्या हाल मे?''

''कोनशी पिच्चर?''

'' वो भाहुबलीवाली... मेरा दिल भोत कर रा वू देखनेकू.''

''मै भी भौत सुनी भाऊबली का. वू टीवी मे दिखाय थे, वू हात्थी की सूंड पे चढता. भौत मस्त पिच्चरे... मेरा भाई देखके आया.''

''पैले सुरखाबाई अन् गीताबाईकू पूछते, फिर सब मिलके जायेंगे. मैं मेरी बाई से पैशे उचल लाती. फिर सोम्मारकू कामपे नई जायेंगे. दो बजे यहा से निकले तो बराब्बर तीन बजनेकू थेटर मे पवचेंगे.''

हालिमा, सुरखाबाई, गीताबाई अन् सलमा चौघींचा भाऊबलीचा बेत पक्का झाला. कामाच्या ठिकाणावरून गोड बोलून पैशे कसे उचलायचे... सकाळी काम कसं पटक्यास उरकून टाकायचं... फाट्यापरेंत पायीपायी कसं जायचं... मग रशीदभाईच्या टमटमीत बसून शिनेमाटाकीपरेंत कसं पौचायचं... सगळा बेत पक्का ठरला. ज्या बायका भाऊबली बघून आलत्या त्यांच्याशी चौघी जणी रोज चौकश्या करायच्या.

''भौत अच्छी क्या रे फिल्लम?''

''वू पूरा पुराने झमाने का दिकायाय उसमे, हय ना?''

''हिरोइन दिकने मे भौतच भारी लगती नै... क्या रे!''

''मैने टीवी में कुच कुच देखाय.''

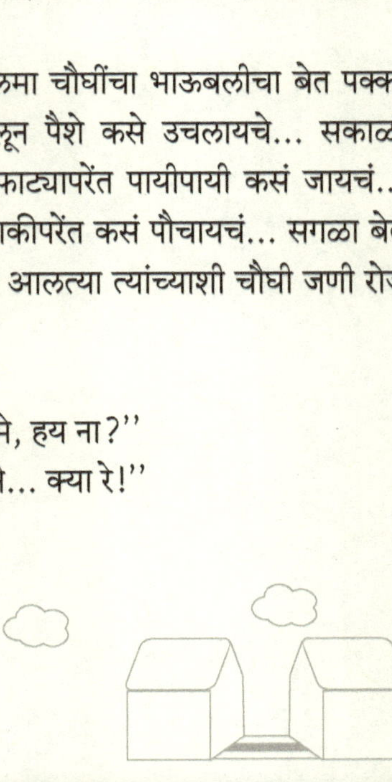

''भोतच मन कर रा रे देखनेकू.''

''आता जाऊनच ऱ्हायलो ना सोम्मारले काऊन इतक्या यल्लावू ऱ्हायल्या?''

एकदाचा सोम्मार उगवला. पायटीच उठून चौघी कामाला भिडल्या. या कानाची खबर त्या कानाले जाऊ नै म्हणून इतके दिवस सगळ्या चूप ऱ्हायल्या होत्या. सकाळी 'कामाला चाल्लो' म्हणून निंगायचं अन् सांच्याला वापस घरी. कुणाला काय कळणारे! जिनं तिनं ठेवणीतले कपडे घातले... कामावाल्या बायांनी दिलेले बऱ्यापैकी ड्रेस बाहेर काढले... तेल लावून केस इचरले... मस्त आवरून आरशात पाह्यलं....

चौघी नेहमीसारख्याच तरातरा वस्तीच्या बाहेर पडल्या. बरोब्बर डोरल्याच्या चौकात आल्या. डोरलेपट्टीच्या चौकातला भजेवाला चरचरीत मिरची-भजे तळत होता. डोक्यात पिच्चरचा नाद असल्यानी रात्री कुणीच नीट जेवलं न्हवतं. पायटेपासून भराभरा कामं करून पोटात कलकल होत होती. चौघी भजेवाल्याच्या टपरीकडे आल्या. 'गरम-गरम काढ रे भाऊ चार प्लेटा!' गीताबाईनं आर्डर दिली. मस्त झणझणीत भजे खाल्ले. कॅनीतलं ठंडगार पाणी पेल्या. मंग कुठे चौघींच्या जिवात जीव आला. मग सावकाश चालत, हसत-खेळत, गप्पा मारत चौघी फाट्यावर पोहोचल्या. रशीदभाईची टमटम यायला वेळ होता. चौघी जणी लिंबाच्या झाडाखाली टेकल्या. गीताबाईने कमरेची चंची काढली अन् तोंडात सुपारीचा टुकडा टाकला. सहजच पैशे बाहेर काढून मोजले. 'टिकीट कितीला?' यावर चर्चा झाली. तितक्यात तिथं मोटरसायकलवर बसून दोन पोरं आली. गाडी सावलीला लावून उभी राहिली.

''टाइम काय झाला, भाऊ?'' सुरखाबाईने एका पोराला विचारलं.

''सव्वादोन झाले, मावशी.'' पोरानं मोबाईलमधी बघून सांगितलं.

''बापा सव्वादोन!'' हालमी फाटकन उठून उभी रायली.

''का मऱ्या की रशीद... आज अबीतक नै आया.''

''आज रशीदभाई नई आनेवाला, मावशी.'' एका पोराने मौलिक माहिती पुरवली.

''काऊन?'' गीताबाईने विचारलं.

''रशीदभाई टमटमीत डोरलीचं वऱ्हाड घेऊन लग्नाला गेलाय.''

हे ऐकल्याबरोबर चौघी कपडे झटकत उठल्या. ''चाला ओ बायाहो पटापटा. तीन वास्ता पिचर चालू व्हते. तितं जाऊन लायनीत उबा ऱ्हावून टिकटा काडा लागते. बम गरदी ऱ्हायते... चाला पटपट.''

चौघी पयतच निंगाल्या. अर्धा तास चालल्यावर हापतहुपत टाकीपाशी पोहोचल्या. गीताबाई टिकिटाच्या लायनीत शिरली. ''आज काईच गरदी न्हाई बा. बरंच झालं.''

''पुढल्या खुडचीवरल्या टिकीटा दे रे, भाऊ!'' असं म्हणून तिनं चार टिकटा घेतल्या.

चौघी टाकीच्या आत शिरल्या. पिचर चालू व्हायचाच होता. चौघी खुडच्यात बसल्या. अंदर मस्त गारगार वाटत होतं. उत्सुकतेपोटी चौघींच्या पोटात माटमूट होत होतं. पिच्चर सुरू झाला. थोडा वेल झाला तरी भाऊबली कुठेच दिसंना. फिलम दुसरीच लागली हे त्यांना लवकरच कळलं. इंटरवलमधी सुरखाबाईने भाईर जाऊन एका मानसाला पिच्चरचं नाव विचारलं, ''भाऊबली शिनमा व्हता ना, भाऊ... मंग हे कोनता पिचेर दाखवू रायले तं?''

''भाऊबली या टाकीत नाई वं, मावशी! भाऊबली तिकडं वसंत टाकीला लागलाय.''

''मंग हे कोनती टाकी हाय, भाऊ?''

''हे सरोश टाकी होय ना, मावले!''

निराश मनाने सुरखाबाई आत जाऊन बसली. चौघींनी चूपचाप पिचर पाह्यला. पिचर सुटल्यावर एकदा रशीदभाईला, एकदा नशिबाला दोष देत चौघी भराभर पाय उचलत माघारी आल्या. कुणी पाह्यलं तर नसल ना आपल्याला म्हणून मनात भीती वाटत होती. वस्तीत पोहोचेस्तवर चौघी घामाने डबडबल्या. ''चालू-चालू टंगडे गेले वं बाई माजे... अन् पिचरबी मले काईच आवडली नाई.''

''आग्गे, पर इतनीबी बुरी नयी थी येबी पिचर.'' कमली म्हणली. ''पर नाम क्या था पिचर का?''

झोपडं जवळ आल्यावर सलमीने विचारलं. घाम पुसता-पुसता हालमी म्हणली, ''तू कायकू इत्त्या पंचायता कर री ग! 'डर गई हशिना न् आ गया पशिना' नाम था पिच्चर का.''

•••

स्त्रीदेहाचे वस्तुरूप मूल्यमापन

युगानुयुगे स्त्री ही अत्याचाराचे साधन म्हणून वापरली गेली आहे. पुरुषप्रधान व्यवस्थेने स्त्रीचा राजकारणासाठी व्यवस्थित, राजरोस आणि नियोजित पद्धतीने सदैव गैरवापर केलेला आहे.

बाईला जात नसते. पतीची जात ती बाईची जात... पतीचा मान तो बाईचा मान... आणि पतीचा अपमान तो बाईचा अपमान मानला जातो. पुरुषांनी स्त्रीला कायमच एक दुय्यम स्थान दिलं आहे आणि या दुय्यम स्थानाचा आनंदाने स्वीकार करणं बायकांच्या अंगवळणी पाडलं गेलं आहे. बाईला निर्णयस्वातंत्र्यापासून वंचित ठेवलं गेलं आहे. तिच्या कुटुंबातल्या पुरुषांचे निर्णय समाजाने तिच्यासाठी बंधनकारक मानले आहेत. तिने कुटुंबापेक्षा वेगळा स्वतंत्र निर्णय घेणं गैरलागू मानलं गेलं आहे.

एक हाडामासाचा, जिताजागता, बहुपयोगी गोळा हे बाईचं सर्वसंमत स्थान आहे. वंशवृद्धी, बालसंगोपन ही कार्यं तर नैसर्गिकच आहेत; पण तीसुद्धा नैसर्गिकपणे पार पडू दिली जात नाहीत. लिंगपरीक्षणाचं हत्यार वापरून यातही अनैसर्गिक ढवळाढवळ केली जाते. बाईचं इंद्रिय हे मनुष्यप्राप्ती करून देणारं पात्र मानून त्याचं मोठ्या प्रमाणावर अनाठायी गौरवीकरण आणि दैवतीकरणसुद्धा केलं गेलं आहे.

कुटुंबाची शान म्हणून बाईला मिरवताना तिच्या सर्वच्या सर्व इच्छाआकांक्षांचा सरसकट बळी देण्यात कुणालाच काही वाटत नाही. जात-धर्म-वंशभेद-राजकारण-

पुरुषी अहंकार आणि पुरुषांचे आपापसांतले वैर आणि वर्चस्वभावनांचा स्वैर झेंडा फडकवण्यासाठी बाई ही वस्तूप्रमाणे वापरली जाते. बायकांवरून शिव्या देणं, बायका पळवून नेणं, बायकांना गुलाम करणं, बायकांवर अत्याचार करणं अशी कृत्यं पुरुषप्रधान व्यवस्थेने पौरुष्य सिद्ध करण्यासाठी वापरली आहेत.

बाईला खरंतर स्वत:ची जात नाहीच. परंतु विविध धर्मातल्या स्त्रियांचा परधर्मातल्या पुरुषांनी आपलं वर्चस्व दाखवण्यासाठी, राजकीय दबाव टाकण्यासाठी, सूड उगवण्यासाठी, दुसऱ्या धर्माला खाली दाखवण्यासाठी, परधर्मीयांना धडा शिकवण्यासाठी सतत गैरवापर केला आहे.

या घटनाक्रमाची सुरुवात फार प्राचीन असावी. बाईला मूल होणं ही तिची मूलभूत उपयुक्तता असल्यामुळे टोळीतील संख्या वाढवण्यासाठी बायकांची गरज भासलीच असणार! जितकी टोळी मोठी तितका जीवनसंघर्ष कमी कष्टाचा होत जाणार, हे ओघानेच आलं. ज्या टोळीत बायका कमी तिकडं प्रजनन कमी... पर्यायाने मनुष्यबळ कमी. हे माणूसबळ वाढवण्यासाठी बायकांची लुटालूट सुरू झाली असावी!

लैंगिक आनंद देऊन वर अपत्यप्राप्तीचा लाभ देणारी सुखवस्तू म्हणून बाईकडे पाहण्यामागे अनेक कारणं आहेत. कालानुरूप कुटुंबव्यवस्था आली, पितृसत्ता आली, तरीही बाईची जागा मात्र फारशी बदललेली दिसत नाही. उलट संस्कार, पावित्र्य, शुचित्व या भावना तिच्या इंद्रियाशी जोडल्या गेल्या.

या टोळीने त्या टोळीतल्या बायका ओढून नेणं आणि त्यांना बंदी बनवून त्यांचा हवा तसा (म्हणजे गुलामीसाठी, कष्टाच्या कामांसाठी आणि अपत्यप्राप्तीसाठी) वापर करणं ही आदीम काळातली जीवनपद्धतीही असू शकते. बाईवर अन्याय-अत्याचाराची परंपरा फार जुनी आहे.

माणसं सुसंस्कृत झाली तरी त्यांच्या रक्तातली बाईचा गैरवापर करण्याची उबळ कमी झालेली दिसत नाही. संस्कृत्या आल्या आणि गेल्या; पण बाईला लोळवून पुरुषार्थ गाजवायच्या पुरुषी प्रेरणा संपल्याच नाहीत. बाई वळवणं, बाई पळवणं आणि बाई लोळवणं ही अमानुष परंपरा थोड्याफार फरकाने सर्वत्र सारखीच आढळते. बाई वळत नसेल तर तिची शारीर अथवा मानसिक पातळीवर निंदानालस्ती करून तिचं जीवन दुष्कर करणं हासुद्धा पुरुषी वर्चस्वाचाच एक भाग

असतो. बाई वरचढ होता कामा नये याबाबत सर्वधर्मीय-पंथीय पुरुषव्यवस्था कटाक्षाने काळजी घेत असते. बाई शिकली म्हणून ती जाचातून सुटत नाही... बाई स्वावलंबी झाली म्हणून ती सुरक्षित होत नाही... बाई पुढारली म्हणून निर्भय होऊन जगू शकत नाही!

पुरुषी व्यवस्थेचा दचकदिवा सतत तिच्या काळजात लकलकत राहील अशी काटेकोर व्यवस्था करण्यात आलेली असते. 'पळशील तर काट्यात पाय अन् बोलशील तर कंबरेत लाथ' अशी सोय करण्यात आलेली आहे. या सगळ्या घट्ट व्यवस्थेने पुनःपुन्हा या ना त्या कारणाने बायकांवर अत्याचार होणे अपरिहार्य करून ठेवले आहे. जात-धर्म-वंश-पंथ-सन्मानाच्या कल्पना-इंद्रियशुचिता या सगळ्या बंदिस्त व्यवस्थेत बाई हा कायमचा आणि हक्काचा बळीचा बकरा आहे, यात शंकाच नाही.

•••

बाईवर बलात्काराची सुरुवात कशी होते?

घरात कन्या जन्माला आल्यानंतर तिच्याबद्दल ज्या पद्धतीने विचार केला जातो, बोलले जाते, अपेक्षा व्यक्त केल्या जातात; याकडे सावधपणे आणि डोळसपणे पाहायला लागले तर कळू लागते, की बळजबरीला इथूनच सुरुवात होत आहे. बलात्कार याचा अर्थ फक्त शारीरिक अत्याचार असा घेता कामा नये. प्रत्येक वैचारिक, मानसिक, शारीरिक, आर्थिक, राजकीय, सामाजिक, वैयक्तिक दडपण / बळजबरी / नकोसे बंधन या सगळ्या कृती म्हणजे हिंसा किंवा बलात्कारच असतो.

पिढ्यान्‌पिढ्या ही बळजबरी बायकांच्या इतकी अंगवळणी पाडली गेली आहे, की बायकांना हा आपद्धर्म वाटू लागला आहे.

लहानपणी मुलीच्या शिक्षणावर किंवा व्यक्तिमत्त्व विकासावर कुटुंबाकडून केला जाणारा खर्च, यासाठी दिला जाणारा वेळ हा मुलांसाठी केल्या जाणाऱ्या खर्चापेक्षा निश्चित कमी असतो. मुलगी काही मागत असेल आणि ती गोष्ट कुटुंबाच्या ऐपतीबाहेर असेल तर तिला लगेच कात्री लावली जाते. हीच गोष्ट मुलासाठी करायची वेळ आली तर कर्ज काढूनही ती पूर्ण करायला मागेपुढे पाहिले जात नाही.

मुलीने हळू बोलावेपासून सुरू होणारी यादी मुलीने मोठ्याने हसू नये, दणदण

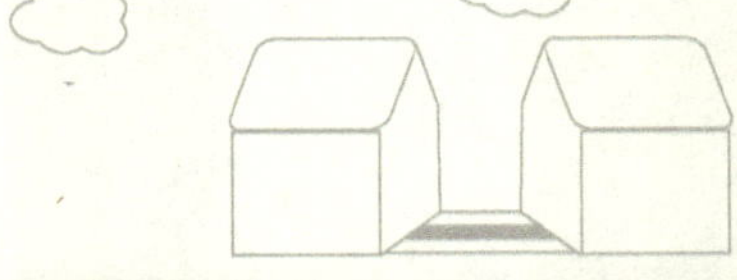

जिना चढू नये, उलट उत्तर देऊ नये, वर तोंड करून बोलू नये, जोरात ओरडू नये, ओढणी घट्ट लपेटून घ्यावी, घरी पाहुणे आल्यानंतर चहापाणी नेऊन द्यावे, विचारले तेवढेच उत्तर द्यावे, आलेल्या लोकांपुढे आपले ज्ञान पाजळू नये... वगैरे वगैरे.

विवाहापूर्वी अनेक गोष्टींसोबत एक गोष्ट मुलीला रोज शिकवली जाते, ती म्हणजे 'मनाला मुरड घालणे'. हे मनाला मुरड घालणे म्हणजेच बळजबरी सहन करणे असते, हे कधीच लक्षात येत नाही. कारण त्याला 'तडजोड करणे' असे गोड नाव दिलेले असते. पुढे सासरी जाण्यापूर्वी मुलीची मनोभूमिका पुरेपूर अशी तयार झालेली असते की, 'संसार म्हणजे तडजोड'.

पण, संसार हा एकटीचा नसतो आणि तडजोडही फक्त एकटीने करायची नसते, हे शिकवलेच जात नाही. संपूर्ण वेगळे संस्कार असलेल्या कुटुंबातली मुलगी कायमची आपल्या घरी येणार म्हटल्यावर संपूर्ण कुटुंबानेच खरेतर तडजोडीची तयारी ठेवली पाहिजे. प्रत्यक्षात मात्र तसे होताना दिसत नाही. तडजोड फक्त येणाऱ्या मुलीनेच करायची असे गृहीत धरले जाते. मग सासूला आवडत नाही म्हणून असे करायचे नाही... घरच्यांना आवडते म्हणून अमुक करायचे... नवऱ्याला आवडते म्हणून तमुक करायचे... रिवाज आहे म्हणून ढमुक करायचे... हळूहळू अशा शेकडो नको असलेल्या गोष्टी बाई स्वतःवर लादून घेत राहते. मूल कधी व्हावे ही एका स्त्रीची किती वैयक्तिक गोष्ट आहे! मूल कधी हवे, मुलं किती हवीत, हवीत की नकोत, हे सगळे ठरवण्याचा संपूर्ण अधिकार स्त्रीला असला पाहिजे. कारण तिचे शरीर ही तिची वैयक्तिक मालमत्ता असते.

कित्येक बायकांना स्वतःच्याच स्वयंपाकघरात वर्षानुवर्षे आवडीचे पदार्थ करून खायला मिळत नाहीत. घरच्यांना आवडत नाहीत म्हणून ती बिचारी करतच नाही. एखादी बाई नवऱ्याला आवडत नाही म्हणून विशिष्ट रंगाचे कपडे परिधान करत नाही. याउप्परही, बाई मानसिक-भावनिक-शारीरिकदृष्ट्या कितीही अतृप्त असली तरी तिच्यावर 'तू सुखी आहेस' हे मानायचीही जबरदस्ती केली जाते. 'मूल झालं, नवरा आहे, घर आहे, अजून काय पाहिजे तुला?'' असा उलट प्रश्न तिलाच विचारला जातो. म्हणजे तिच्या सुखाची-आनंदाची व्याख्यासुद्धा दुसरेच ठरवणार आणि पुन्हा ती तिच्यावर लादणारसुद्धा!

विशेष म्हणजे, आपण आयुष्यभर बलात्कार सहन करत आहोत, हे बाईच्या

कधी लक्षातच येत नाही. घरोघरी अशा हजारो गोष्टींची बळजबरी सहन करणाऱ्या बायकांचा दडपलेला आवाज कधीच कुणाला ऐकू जात नाही. या सगळ्या बळजबऱ्या तिने निमूट सहन करायच्या असतात, ते तिचे भागधेयच आहे, असे मानले जाते. बाईचा 'नाही म्हणण्याचा अधिकार' काढून घेतला जातो. बाईचे निर्णयस्वातंत्र्य नाकारले जाते. हे सगळे बलात्कारच नाहीत का?

काही लोकांना वाटते की, मुली शिकल्या, आर्थिक दृष्टीने स्वावलंबी झाल्या, म्हणजे त्यांची सगळ्या लादवणुकीतून सुटका झाली. प्रत्यक्षात मात्र तसे होत नाही. लहानसहान वाटणाऱ्या असंख्य 'नको असलेल्या' तडजोडी महिलांना कराव्या लागतात. बोलता येत नाही आणि नकारही देता येत नाही. उदाहरणार्थ, नवरा त्याच्या नातेवाइकांना किंवा बहीणभावांना आर्थिक मदत करतो तेव्हा त्याला पत्नीची परवानगी घ्यायची गरज वाटत नाही. परंतु स्त्रीला तिच्या माहेरच्यांना मदत करायची असेल तर नवऱ्याची परवानगी घ्यावी लागते, सासरच्यांशी बोलून त्यांच्या कलाकलाने घ्यावे लागते, आणि नवरा 'नाहीच' म्हटला तर सपशेल माघारही घ्यावी लागते. बायकोने नकार दिला तरी नवरा मात्र त्याच्या नातेवाइकांना बिनधास्त मदत करतो. त्याला बायकोच्या परवानगीची मुळीच गरज किंवा पर्वा वाटत नाही.

अशा हजारो गोष्टी असतात, ज्या बायका एकमेकींशी बोलतात तेव्हा एकमेकींना समजतात. या गोष्टी बायका खुद्द स्वतःच्या नवऱ्याशीसुद्धा शेअर करत नाहीत. कारण सासरच्या नात्यांची अदृश्य पोलादी भिंत सदैव मध्ये उभी ठाकलेली असते. नवरा-बायकोचे संबंध दुरावतात, नवरा मनातून उतरतो, संसार तुटतो. या असंख्य बळजबऱ्या बाईची सरणापर्यंत सोबत करतात. कारण नाती सांभाळण्याची जबाबदारी फक्त तिच्या एकटीच्या माथी मारलेली असते.

बायका बळजबरी सहन करता-करता जळतात, मनात कुढतात, मनोकायिक व्याधींना बळी पडतात, मनातल्या मनात सासरच्या नातेवाइकांचा अखंड दुःस्वास करतात, मनातल्या मनात शिव्याशाप देत राहतात, मनोरुग्ण होतात; पण त्यांना त्यांचं स्वातंत्र्य सापडत नाही. बायको मेली तरी तिच्या मनात काय चाललं होतं ते नवऱ्याला कधीच समजत नाही आणि ते समजून घ्यायची त्याला अजिबात गरजही वाटत नाही. त्याच्या लेखी लैंगिक सुख, अपत्यप्राप्ती, त्याच्या नातेवाइकांचा

मानसन्मान राखणे यापलीकडे बायकोची काडीमात्रही किंमत नसते.

या कारणांनी काही स्त्रिया आजकाल परपुरुषांकडे आकर्षित होताना दिसतात, विवाहबाह्य नाती जोडताना दिसतात; कारण घरात त्या अतृप्त असतात. हे बाह्यसंबंध त्यांना तात्पुरता आधार देऊ शकत असले तरी त्यामुळे मूळ समस्या संपू शकत नाहीत. या संबंधातही बायकांची हानी होण्याचीच शक्यता जास्त असते.

आजकाल अनेक मुली धाडसाने या बळजबरीतून बाहेर पडतात. ग्रामीण भागातल्या मुलीही नांदायला तयार होत नाहीत. लग्नानंतर महिनाभरातच माघारी येतात. मग त्यांच्या चारित्र्यावर शिंतोडे उडवून त्यांच्या आईबापांची नाचक्की केली जाते. परंतु आजकाल मुलींना मिळणारे शिक्षण, मोकळीक व सोशल मीडियातून वाहणारे स्वतंत्र विचारांचे वारे यामुळे मुली-स्त्रिया आपला मार्ग बदलण्याचे, बळजबरी नाकारण्याचे धाडस करताना दिसत आहेत, ही त्यातल्या त्यात चांगली गोष्ट आहे. आर्थिक आणि वैचारिक स्वावलंबनामुळे 'सर्व प्रकारच्या' स्वातंत्र्याची मुलींनासुद्धा मुलांइतकीच संधी मिळत असल्यामुळे त्या सासरची बळजबरी नाकारायचा प्रयत्न करताना दिसत आहेत.

परंतु अशा विसंवादाच्या घटना टाळून संसार टिकवायचे असतील तर सर्व मुलामुलींचे आईवडील आणि सासूसासऱ्यांनी संयम आणि समजुतीची भूमिका घेऊन कुटुंबे वाचवण्याची मोठी गरज निर्माण झाली आहे, असे वाटते.

•••

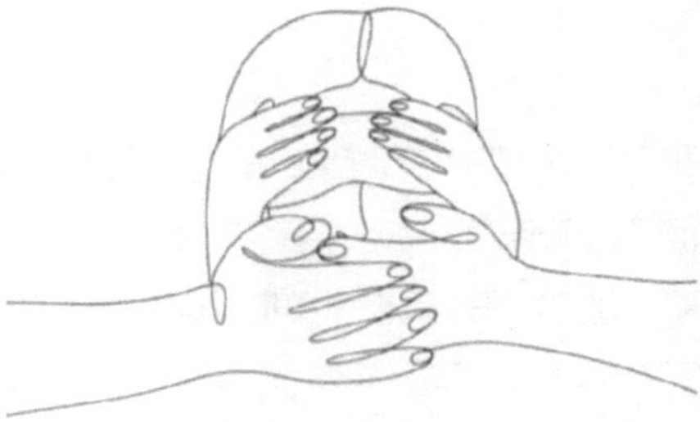

बोल बाई बोल!

मनोकायिक आजार म्हणजे मनाच्या असंतुलनामुळे कायेला म्हणजे शरीराला झालेले आजार. यात आजार तर शरीराला झालेला दिसतो; त्याची कारणे मात्र मनात असतात. आपले शरीर आपल्या मनाचे गुलाम असते. मन शरीराला वळवते - वाकवते - ताब्यात ठेवते; म्हणून मनावर संस्कार करून मनोकायिक आजार नियंत्रणात आणले जाऊ शकतात.

आपल्याकडे घराघरांत मनोकायिक व्याधींनी ग्रस्त आणि त्रस्त स्त्रिया सापडतात. याची कारणे त्यांच्या मनावर केल्या गेलेल्या चुकीच्या संस्कारात दडली आहेत. सासरी-माहेरी सगळीकडे स्त्रियांवर परिस्थितीशी तडजोड करण्याची जबाबदारी टाकली जाते. स्त्रियांवर पुरुषांपेक्षा अधिक सामाजिक-कौटुंबिक बंधने लादली जातात. या बंधनांपायी त्या सतत भावनांचे नियंत्रण करत राहतात.

प्रत्येक व्यक्तीला जीवन शांतपणे जगण्यासाठी तडजोड ही करावीच लागते. त्यासाठी 'समायोजन' हा फार चांगला शब्द आहे. स्त्री असो की पुरुष; जीवनात यशस्वी होण्यासाठी प्रत्येकाला परिस्थितीशी समायोजन हे करावेच लागते. हे समायोजन किंवा तडजोडी दोन्ही पक्षांकडून केल्या गेल्या, चर्चा समंजसपणे केल्या गेल्या, तर दोन्ही बाजूंचे मानसिक स्थैर्य संतुलित राहू शकते.

पती-पत्नी, सासू-सून, नणंद-भावजयी, मालक-नोकर, दोन सहकारी, जावा-जावा, शेजारणी असे अनेक नातेसंबंध मनुष्याच्या जीवनात येतात. व्यावसायिक संबंधांमध्ये नियम आणि मर्यादा निश्चित आखलेल्या किंवा लिखित स्वरूपात

असू शकतात. त्या अमान्य करण्याचा प्रश्नच येत नाही. तिथले ताणतणाव थोडेसे कमी गुंतागुंतीचे किंवा सुसह्य असतात. परंतु कौटुंबिक किंवा वैयक्तिक जीवनातले नातेसंबंध आणि त्यांचे नियम हे निश्चित आखलेले नसल्यामुळे त्यातील गुंतागुंत अधिक असते. सासूने सुनेवर दादागिरी करणे समाजमान्य मानले जाते; पण सुनेने स्वत:च्या न्याय्य बाजू बोलण्यालासुद्धा समाज मान्यता देत नाही. 'बाईने आपल्या समस्या उंबऱ्याबाहेर येऊ द्यायच्या नसतात', या भूमिकेवर समाज आजही ठाम आहे.

मुलांचा अभ्यास घेत असताना घरात कुणी मोठ्या आवाजात टीव्ही लावला असेल तर त्याला समज द्या. आपल्या मुलाचे भविष्य ही तुमची जबाबदारी आहे.

रोजच्या रोज नोकराप्रमाणे नणंदांची सेवा करणे हे तुमचे कर्तव्य मानू नका.

सहकार्य आणि बळजबरी यातला फरक ओळखायला शिका. तुम्ही कुटुंबातल्या प्रत्येक व्यक्तीच्या पुढे-पुढे करायची गरज नाही.

तुम्ही त्या कुटुंबातल्या नोकर नसून सदस्य आहात, याची जाणीव ठेवा.

तुम्ही सगळ्यांना मदत जरूर करा. पण तुम्हांला गरज असेल तेव्हा दुसऱ्या सदस्यांनीही तुमचे काम केले पाहिजे इकडेही लक्ष ठेवा.

सून खाली मान घालून मुकाट काम करत आहे आणि सासू कुठल्याच कामाला हात न लावता नुसतीच कंबरेवर हात ठेवून बडबड करत आहे... नणंदांचे वारेमाप कौतुक सुरू आहे... आणि सुना दैनंदिन गरजेच्या वस्तूंसाठी झुरत आहेत... हा कुठला जंगल कायदा आहे?

बायकोने आपले मत व्यक्त केल्यावर नवरा शिव्या देत आहे आणि तिची बाजूच धुडकावून लावत आहे, हा कुठला ढोरसंस्कार आहे?

नवरा आपल्या मैत्रिणींचे गुणगान करत असेल तर तुम्ही त्याला विचारा, की 'मला मित्र असलेले तुला चालतील का? मी त्यांची स्तुती केलेली सहन करशील का?' प्रत्येक परिस्थितीत आपला आत्मसन्मान जपलाच पाहिजे.

मूल झाल्यानंतर सैल झालेल्या शरीराबद्दल नवरा आगाऊ बोलत असेल तर त्याला विचारा, की 'तुला माझं घट्ट शरीर हवं होतं तर तू सरोगेट मदरचा पर्याय का निवडला नाहीस? तेवढी तुझी ऐपत नव्हती, म्हणून तर मी लेबर पेन सोसल्या आणि तुझं नाव लावणाऱ्या बाळाची आई झाले. तुला मूल पाहिजे असेल तर

मुलाच्या आईची काळजी घेतलीच पाहिजेस, तिला सन्मानाने वागवलंच पाहिजे; अन्यथा तूही माझ्याकडून सन्मानाची अपेक्षा ठेवणं सोडून दे! तुझा पुरुषार्थ सिद्ध करण्यासाठी मी माझ्या शारीर-सौंदर्याची पर्वा केली नाही. माझ्या शरीराबद्दल बोलण्याआधी तुझ्या आर्थिक क्षमता तपासून बघ आणि तरीही मी आवडत नसेन तर मी माझ्या बाळाला कायदेशीरपणे माझं नाव लावून सांभाळायला तयार आहे. माझ्या वाट्याचं घर आणि माझ्या हक्काची पोटगी मला दे आणि हे जमत नसेल तर यानंतर तोंड सांभाळून बोल!'

बायका आपल्या समस्या बोलण्यासाठी माणूस शोधत राहतात. मैत्रीण, शेजारीण, नातेवाईक, परिचित आणि बॉयफ्रेंडसुद्धा! जोपर्यंत स्त्रिया आपल्या मनावरचे दडपण स्त्रियांनाच सांगतात, तोपर्यंत फारशी समस्या नसते. पण जेव्हा त्या आपली कौटुंबिक दुखणी परपुरुषासमोर उघडी करू लागतात, तेव्हा संबंधांचे गोंधळ उडण्याच्या शक्यता निर्माण होतात.

बाई म्हणजे नवऱ्याच्या नातेवाइकांची हक्काची दासी नव्हे. तिने कौटुंबिक जबाबदाऱ्या पार पाडल्या पाहिजेत, लेकराबाळांचे काम केलेच पाहिजे, सर्वांना मानसन्मान दिलाच पाहिजे; जर ती सगळी मंडळीही तिला सहकार्य करत असतील, मान देत असतील तरच! घरातली अडचण, मनातला क्षोभ, राग-संताप किंवा कुटुंबात स्वत:वर होणारा अन्याय स्त्रियांनी मनात दाबून ठेवू नये. तिथल्या तिथे आणि ताबडतोब बोलून मोकळे व्हावे. वेळप्रसंगी नवऱ्याला वेठीस धरावे; परंतु बाहेरच्या पुरुषाला सांगायला जाऊ नये.

परपुरुषाला तुमची दया तर येईल; पण तो तुमची समस्या सोडवू शकेल याची खात्री देता येणार नाही. कदाचित तुमच्या व्यक्त होण्यामुळे त्याच्या मनात वेगळा गैरसमज निर्माण होऊ शकतो. तो सरळमार्गी नसेल तर तुमचा गैरफायदाही घेऊ शकतो; आणि सरळमार्गी असेल तर त्याने दाखवलेल्या सहानुभूतीला प्रेम समजून तुम्ही त्याच्याकडे ओढल्या जाऊ शकता.

वर्षानुवर्षे कौटुंबिक अन्याय सहन करून कुढत राहिल्यामुळे शरीरात मनोकायिक आजार उत्पन्न होऊ शकतात. सतत सहन केल्यामुळे मनाची कुचंबणा होऊन स्वभावात अनावश्यक आक्रमकतासुद्धा निर्माण होऊ शकते.

स्त्रियांनी स्त्रियांजवळ व्यक्त होणे हा बरा मार्ग असला तरी त्यातून समस्येचे

समाधान सापडेल याची खात्री देता येत नाही. म्हणून बोला, ताबडतोब बोला... जागेवर उत्तर द्यायला शिका... संघर्ष करा! आपले मौल्यवान शरीर मनोकायिक व्याधींचे शिकार होऊ देऊ नका. मनातल्या भावना लपवू नका. 'सासरच्यांना कसं बोलायचं?' असल्या मूर्ख समजुती मनातून बाहेर काढून फेका.

नवरा हा हक्काचा-हाडामासाचा जोडीदार असतो. ती काही सुप्रीम पॉवर नाही की त्याला घाबरून काहीही सहन करत बसावे! सासूने अपमान केला, आपले आई-बाप काढले, शिवीगाळ केली तर अजिबात सहन करू नका. सभ्य, पण कडक शब्दांत तिथल्या तिथे जाणीव करून द्या. नणंद-जाऊ-नवरा यांचे टोमणे, कुजकी बडबड, अंगावर धावून येणे, शिवीगाळ, दमदाटी, मारहाण हे सहन करण्यासाठी तुमचा जन्म झालेला नाही, हे त्यांना ठणकावून सांगा.

सर्वांशी आदराने, प्रेमाने, सहकार्याने, सामंजस्याने वागा; पण कुठपर्यंत? तर, जिथपर्यंत समोरचे लोक तुमची मानमर्यादा पाळत आहेत तिथपर्यंतच! त्यांनी त्यांच्या मर्यादा सोडल्या तर तुम्ही त्या पाळायची मुळीच गरज नाही. सहनशक्ती इतकी ताणू नका, की रक्तवाहिन्या कुचंबून कडक होतील आणि तुम्ही ब्लड प्रेशरची शिकार व्हाल!

मुलींनो आणि बायकांनो! तुमचे आयुष्य तुम्ही आनंदाने जगायचे आहे; कुणाच्याही दबावाखाली, दडपणाखाली नाही! योग्य भाषा वापरा, नियमित काम करा, आपल्या कौटुंबिक जबाबदाऱ्या प्रामाणिकपणे पार पाडा. नवी कौशल्ये शिका. परंतु, हे करताना कौटुंबिक हिंसा सहन करू नका. प्रेम आणि समायोजन नातेसंबंधातल्या दोन्ही व्यक्तींनी करायचे असते. ती फक्त बाईची जबाबदारी नाही. ती फक्त बाईवर लादली जात असेल तर तिचा जाहीर निषेध! बायकांवर अन्याय-अत्याचार करणाऱ्या, बाईचे शाप-तळतळाट घेणाऱ्या, बाईच्या अश्रूंनी भिजलेल्या कुटुंबाचा विनाश अटळ असतो.

बायकांनो! जगायला शिका, आवडीच्या गोष्टी करा. नको असलेल्या गोष्टींना ठामपणे नकार द्यायला शिका. तुम्हांला गुलाबी साडी आवडते तर गुलाबीच नेसा. बायकांनो! निरोगी जगायला शिका. हव्या असलेल्या गोष्टीला, 'हो' आणि नको असलेल्या गोष्टीला 'नाही' म्हणायला शिका. तुमचे आयुष्य फक्त दुसऱ्यांची आयुष्यं फुलवण्यासाठीच नाही, तर स्वतः फांदोफांदी फुलण्यासाठीसुद्धा आहे, हे कधीच विसरू नका!

•••

कॉपी-पेस्ट-फॉरवर्डचा उन्मादी धुमाकूळ

पूर्वी मोठमोठे लेखक-विचारवंत मोठ्या मेहनतीने, व्यासंगी वृत्तीने लेखन करायचे. दांडगा अभ्यास आणि विद्वत्तेच्या बळावर त्यांनी केलेल्या तेजस्वी लेखनावर वाचक जीव ओवाळून टाकायचे. त्यांच्या लेखनातील मुद्द्यांचे दाखले दिले जायचे. लेखक सामाजिक सौहार्द आणि सलोखा जपला जाईल याची काळजी घेऊन लेखन करायचे. समाजमन जोडण्यासाठी लिहायचे. त्यांची पुस्तकं आवडीने विकत घेतली जायची. आता मात्र अशा मेहनतीची, व्यासंगाची कुणालाही गरज वाटत नाही.

स्वत:ला लेखक समजणाऱ्या सर्व तथाकथित लेखकांना आपले लेखन प्रसिद्ध करण्याकरिता कुठल्याही मासिकाकडे पाठवायची गरज उरलेली नाही. साहित्य प्रसिद्ध होण्यासाठी संपादकाचे मत किंवा सल्ला घ्यायची गरज पडत नाही. आपले विचार मांडण्यासाठी सोशल मीडिया हे प्रभावी साधन लोकांना मिळाले आहे. त्यामुळे काही मोठ्या लेखक-विचारवंतांचे विचार घरबसल्या कधीही वाचायची सोय झाली, हा मोठा फायदा झाला आहे. परंतु सामान्य वकूब असलेली माणसे या माध्यमाचा पुरेपूर गैरवापर करताना दिसत आहेत. वेगवेगळ्या गटांमध्ये वितुष्ट निर्माण करणाऱ्या विखारी पोस्ट फॉरवर्ड करण्यात

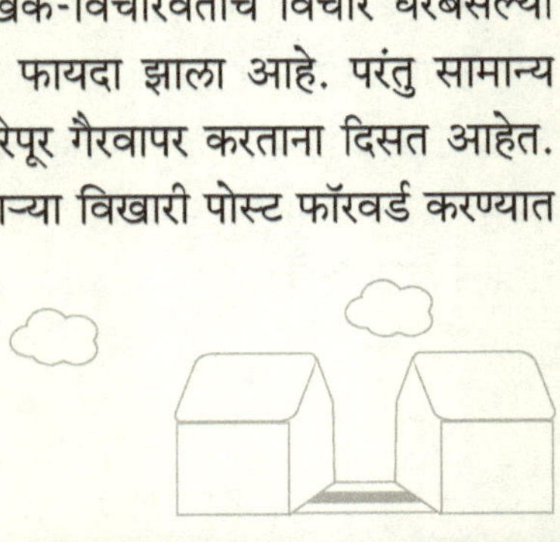

या लोकांना पुरुषार्थ वाटत आहे.

दोन धर्मातील - जातीतील वैर वाढवण्यासाठी लोक याचा उपयोग करत आहेत. कुठूनतरी एखादी माहिती, फोटो किंवा व्हिडिओ उकरून काढायचा... आपल्या कुवतीनुसार त्याची मोडतोड करून त्यावर अत्यंत तर्कहीन मते मांडायची असले उपद्व्याप करणाऱ्या मंडळींचा सुळसुळाट झाला आहे.

'एक अमुक - लाख अमुक', 'एक तमुक - लाख तमुक' असे गटतट निर्माण करून काही विघ्नसंतोषी लोक समाजाचा एकोपा नष्ट करत आहेत. या गटांच्या निर्मितीमागचा उद्देशच मुळात दुसऱ्या धर्म-जातीवर दबाव टाकण्याचा आहे. हे दबावगट संपूर्ण समाजासाठी अत्यंत घातक आणि हानिकारक आहेत.

आपला छंद-व्यवसाय-कला-साहित्य यांसाठी निर्माण झालेले समूह त्यामानाने अत्यंत निरोगी आहेत. यात समविचारी लोक एकत्र येऊन चर्चा करतात, वाद घालतात; पण त्यामुळे कुणाचेही नुकसान होत नाही. आपल्या सत्य जीवनातले खरेखुरे प्रश्न विसरून लोक व्हर्चुअल प्रश्नांच्या जंजाळात अडकले. खऱ्या प्रश्नांचे गांभीर्य विसरल्यामुळे आयुष्यातल्या यशाचा टक्का घटला.

सोशल मीडियामुळे लोकांना ज्ञान-माहिती-मनोरंजनाची कवाडे खुली झाली; मेंदूतील विवेकाची खिडकी मात्र बंद झाली. समोर आलेल्या माहितीचा खरे-खोटेपणा न तपासता डोळे झाकून त्यावर विश्वास ठेवायची वाईट सवय लागली. व्हर्चुअल प्लॅटफॉर्मवर आपण कसलीही भाषा वापरली, तरी आपले कोणी वाकडे करू शकत नाही, अशी भावना तयार झाली. लिहिण्याच्या संधी वाढल्या; पण लेखनकौशल्य हरपले. वाचनाच्या संधी वाढल्या; पण ज्ञानग्रहणक्षमता हरवली. क्षमतांची परीक्षा न करता हातात साधने आल्यामुळे साधनांचाच बाजार फोफावला... साधनशुचिता संपली... साध्यावरची दृष्टी हटली... लोक दिशाहीन विचारांच्या सापळ्यात अडकले! विशिष्ट जातिधर्माच्या संकुचित विचार करणाऱ्या लोकांनी हे सापळे रचले.

प्रत्यक्ष रस्त्यावर होणाऱ्या दंग्यापेक्षाही हा कॉपी-पेस्ट-फॉरवर्डचा धुमाकूळ जास्त विषवाहक आहे. 'ही जात म्हणजे त्या जातीची कट्टर शत्रू', 'हा धर्म म्हणजे त्या धर्माचा विरोधक' असले राष्ट्रहिताला मारक विचार त्यांनी वेगाने पसरवले.

मला एकच गोष्ट सांगावीशी वाटते, माझ्या जन्मापासून आजपर्यंत माझ्या

आयुष्यात आलेल्या, परिसरात असलेल्या, कार्यक्षेत्रात काम करणाऱ्या वेगवेगळ्या जातिधर्माच्या लोकांचे मला स्वत:ला आलेले अनुभव काय होते? प्रत्यक्ष आयुष्यातल्या या खऱ्याखुऱ्या अनुभवांचा विचार न करता, आभासी दुनियेतल्या कुणा अनोळखी माणसाने पसरवलेल्या बातम्या किंवा गोष्टी मी कितपत खऱ्या मानायच्या? अमुक जातीतले माझे शिक्षक, तमुक धर्मातल्या मित्रमैत्रिणी, ढमुक जातिधर्मातले शेजारी-व्यावसायिक-दुकानदार-व्यापारी-कवी-कलावंत यांचे प्रत्यक्ष आयुष्यात आलेले अनुभव सोडून कुणाही आरबटाच्या पोस्ट फॉरवर्ड करून आपले जगणे नासवायचे, की सामाजिक ऐक्याची कास धरून सुंदर बनवायचे? हे आपल्याच हातात आहे.

•••

विद्यार्थ्यांनी उद्या शाळेत का यावे?

आमच्या घरासमोर एक आल्लू राहतो. गोड गुलाबी लालू. वय सहा वर्षे. आमचा खूपच लाडका. त्याला यवतमाळातल्या नामांकित शाळेत टाकले आहे. न्यायला-आणायला व्हॅन लावली आहे. आईबाबा एकदम उत्साही आहेत. मोठा भाऊसुद्धा त्याच नामवंत शाळेत आहे. वरवर पाहता सर्व काही आलबेल!

आल्लू खूप गोंडू बाळ आहे. आमच्या घरात पळत-पळत येतो आणि तितक्याच तत्परतेने पळत निघूनही जातो, खूप धमाल गप्पा मारतो, खाऊसाठी लाडीगोडी लावतो, कविता म्हणून दाखवतो, नाचून दाखवतो. एकदम खूश असतो.

पण...

आल्लू शाळेत जायला नको म्हणतो. क्लासला जायचा त्याला फार कंटाळा येतो. का? एवढी नामवंत शाळा आहे, तर शिक्षकही प्रशिक्षितच असणार... शिक्षक प्रशिक्षित आहेत, तर मग त्यांना बालमानसशास्त्र माहीतच असणार... मग असा हुशार आनंदी मुलगा शाळेत जायला का नको म्हणतो?

एक दिवस सकाळी ऐन शाळेत जायच्या वेळेस तो रागावला. 'मै अब घर छोड के जा रहा हूँ.' असे त्याच्या मम्मीला म्हणाला. मम्मी टिफीन बनवण्यात व्यग्र होती. डबा तयार झाल्यानंतर ती अंघोळीसाठी आल्लूबाळाला शोधायला गेली तर आल्लू घरातच नाही. आईबाबांच्या तोंडचे पाणी पळाले. सगळे आल्लूला शोधायला बाहेर पळाले. त्या गडबडीत शाळेची व्हॅन येऊन गेली. मम्मी हैराण होऊन घरात आली, तर आल्लूबाळ ब्लँकेटखालून हळूच बाहेर आले. मम्मीला

हसावे का रडावे कळेना! शाळेला दांडी मारायची आल्लूबाळाची निरागस युक्ती यशस्वी झाली होती.

मी शिक्षक म्हणून काम करत असताना आमच्या शाळेच्या मुख्याध्यापिका कुंदा हळबे प्रत्येक शिक्षिकेला वार्षिक नियोजन बनवायला लावायच्या. सुरुवातीला कच्चे नंतर पक्के. या नियोजनात वेगवेगळ्या शैक्षणिक साहित्यासोबतच असंख्य उपक्रमांचा भरणा असायचा. माझ्या विषयनियोजनात स्किट, एक पात्री नाट्यवाचन, गट अध्यापन, झाडाखालची शाळा, स्थळभेटी, गायन-वादन, कथाकथन, कुशल शिक्षक व कलावंतांच्या भेटी, लोकखेळ, सहल, पपेट्स, ऑडिओ क्लिप्स असल्या अनेक गोष्टींचा भरणा असायचा.

मॅडमचे स्वत:चे एक स्वतंत्र वार्षिक नियोजन छापील पुस्तिकेच्या रूपाने तयार असायचे. त्यात कामाच्या प्रत्येक दिवसाचे स्पष्ट शब्दांत नियोजन केलेले असायचे. हे हँडबुक प्रत्येक शिक्षकाला आणि विद्यार्थ्याला दिले जायचे. प्रत्येक मुलाच्या आवडीचे काही ना काही यात असायचेच! जे आवडीचे नाही त्याबद्दलचीही मुलांना उत्सुकता वाटायची.

सायन्स डे, सॅलड मेकिंग, वॉशिंग डे, बुक-हंडी, सीड-बॉल मेकिंग, अंधशाळेला भेट, मतिमंद मुलांच्या नाटकाचा प्रयोग, कॉम्प्युटर हॉलमध्ये गाजलेला इंग्लिश सिनेमा, पत्रकारांच्या भेटी, वेगवेगळ्या कलावंतांच्या भेटी.

आम्ही भाषा विषयाची तोंडी परीक्षा घेत होतो. ही परीक्षा घ्यायला शाळेतल्या विषय-शिक्षकांबरोबर बाहेरचा एक्सपर्ट बोलावला जायचा. ही एक्सपर्ट व्यक्ती दुसऱ्या शाळेतील शिक्षक, गावातला एखादा कलावंत, लेखक किंवा कवी कुणीही असायची. असले शेकडो प्रयोग करून शाळा रसरशीत ठेवली जायची. मुलं शाळेत यायला प्रचंड उत्सुक असायची.

एकदा मी हळबे मॅडमना विचारले, ''एवढे प्रचंड कार्यक्रम, इतक्या ॲक्टिव्हिटीज करायची काय गरज आहे? आपण आपला विषय नीट शिकवला की संपलं.''

त्यांनी उत्तर दिले, ''उद्या विद्यार्थ्याने शाळेत का यावं? याचं उत्तर शिक्षकाकडे तयार असलं पाहिजे. त्याला पुन्हा शाळेत यावंसं वाटेल असं शिक्षकाकडे रोज काहीतरी नवीन असलं पाहिजे. 'त्याने उद्या शाळेत का यावं?' या प्रश्नाचं उत्तर

शिक्षकाकडे तयार असेल तर विद्यार्थी आपोआप शाळेत येणार. त्यांना रोज तेच-तेच रटाळ कंटाळवाणं शिकवत बसणार असाल तर त्यांनी शाळेत का यावं? त्याच्या आवडीचं, कुतूहल जागवणारं, नवीन काही देणार असाल तरच विद्यार्थी उद्या शाळेत येईल अशी अपेक्षा तुम्ही ठेवू शकता.''

उद्या नवीन काय? हा शिक्षकांनी सोडवायचा गृहपाठ असतो. हा शिक्षकांनी वेळच्यावेळी सोडवला तर कुठलाच आल्लू ब्लँकेटखाली लपणार नाही, हे नक्की!

•••

प्राचीन शिवपट्टण

अहमदनगर जिल्ह्यातल्या जामखेड तालुक्यात खर्डा नावाचे एक गाव आहे. खर्ड्याचे मूळ नाव शिवपट्टण. हे नाव आता फक्त ऐतिहासिक दस्तऐवजात सापडेल. कारण या गावात बारा हेमाडपंती पुरातन शिवमंदिरे आहेत. गावाबाहेर जिल्हा परिषद प्राथमिक शाळा आहे. शाळेसमोर मोठा भुईकोट किल्ला आहे.

सर्वांत प्राचीन आणि सुस्थितीत असलेल्या शिवमंदिरासमोरच एक अत्यंत सुबक-रेखीव बारव आहे. तिसऱ्या श्रावणी सोमवारला या बारवेतले पाणी १०० मीटर दूर असलेल्या गाभाऱ्यात जमिनीखालून आपोआप येते आणि पिंड पाण्यात बुडते! हे मी स्वत: पाहिलेले आहे.

बारवेच्या बाजूला निंबाळकरांची सुंदर कोरीव काम केलेली दगडी छत्री आहे. गावाबाहेर कान्होबाचा डोंगर आहे. तिथे कानिफनाथांची समाधी आहे. कान्होबाच्या डोंगरामागे उल्कापातामुळे बनलेली एक उथळ विहीर आहे. मात्र, तिथे बारा महिने पाणी नसते. कान्होबाच्या डोंगरावर लिंबाच्या झाडाखाली दोन कबरी आहेत. आत मंदिरातही एक कबर आहे. या पांढऱ्या कबरीखाली शंकराची पिंड गाडलेली आहे, असे जुने लोक सांगायचे.

कान्होबाची जत्रा हिंदू-मुस्लीम एकत्र येऊन एकोप्याने साजरी करतात. गावात मोठमोठे फटाक्याचे कारखाने आहेत. हे कारखाने मुस्लीम बंधूंचे आहेत. हे लोक कान्होबाच्या जत्रेत अतिशय नेत्रदीपक आतषबाजीचे कार्यक्रम करतात. डोंगरावरची आतषबाजी गावातल्या घरांच्या गच्चीतूनही स्पष्ट दिसते. आतषबाजीच्या कलेत

इथले मुस्लीम बांधव माहीर आहेत. या मुसलमानांचे पूर्वज किल्ल्याला दारूगोळा पुरवण्याचे काम करत असत, असे जुने लोक सांगतात.

गावातल्या मारुतीच्या देवळासमोर उर्दू शाळा आहे. तिथे मोहरमचे डोले बसत असत. रात्री हैदोस धुल्याला पाहण्यासाठी गावकऱ्यांची मोठी गर्दी होत असे. दिवसा गाडीतून मातीच्या बोळक्यांमधून गोड-गडद-गुलाबी सरबत वाटले जाई. लहान मुले सरबत पिण्यासाठी धक्काबुक्की करत असत. श्रावणातल्या तिसऱ्या सोमवारी इथे मोठी पालखी येते. गावात अनेक सुंदर जुने वाडे आहेत. दिगंबर आणि श्वेतांबर पंथीयांची दोन सुंदर जैनमंदिरे आहेत.

एकदा हायस्कूलचे मुख्याध्यापक व्यवहारे सर यांच्या स्वप्नात महालक्ष्म्या आल्या. त्या वेळी गढीत शाळेचे बांधकाम सुरू होते. सकाळी सरांनी शाळेत जाऊन स्वप्नाची गोष्ट सांगितली. मजुरांनी तिथे खोदकाम केले असता महालक्ष्म्यांचे मुखवटे सापडले. तेव्हापासून गढीतल्या हायस्कूलमध्ये दर वर्षी महालक्ष्म्या बसवल्या जातात. त्या पाहण्यासाठी लोक खूप गर्दी करतात.

खर्डा हे एक खूपच सुंदर आणि ऐतिहासिक गाव आहे. इथे शिवकालीन भूमिगत दगडी गटारे आहेत. गावात अनेक ठिकाणी ऐतिहासिक वास्तू विखुरलेल्या आढळतात. सुंदर विहिरी आहेत. नदीवर जुना दगडी पूल आहे.

एके काळी खर्ड्याचे सोने आणि तूप खूप शुद्ध मानले जात असे. खर्ड्यात खूप मोठी सोन्याचांदीची पेठ होती. लोक दुरून येऊन इथले सोने घ्यायचे. खर्ड्यातले व्यापारी श्रीमंत होते. खर्ड्याचे गावरान तूप नगरला विकायला जायचे. 'नागोबाची वाडी' आणि 'मुंग्याची वाडी' या दोन लहान-लहान वाड्यांमधल्या शेतकऱ्यांकडून खर्ड्याचे जैन व्यापारी या लोणकढ्या तुपाचे संकलन करून, एसटीने नगरला नेऊन विकत असत. पूर्ण एसटीत या तुपाचा सुवास दरवळत असे. तुपाप्रमाणेच खर्ड्याचा अस्सल, खमंग-गुलाबी खवासुद्धा पंचक्रोशीत प्रसिद्ध आहे.

खर्ड्यापासून जवळच मोहरी नावाचे लहानसे गाव आहे. मोहरीला मोठा तलाव आहे. तलाव ओलांडला की पलीकडच्या डोंगरावर माहूरच्या देवीचे ठाणे आहे. इथली आमराई आणि जहागीरदाराची भलीमोठी गढी सुप्रसिद्ध आहे. इथे गावजेवणासाठी मोठ्या हौदातून पायाने आंबे तुडवून आमरस काढला जायचा.

खर्ड्याची आणखी एक ओळख म्हणजे, खर्ड्याला 'भामट्याचं खर्डं' म्हणत

असत. खर्ड्याचे भामटे प्रसिद्ध होते. त्यांचा मुंबईपर्यंत धंदा चालायचा. गर्दीत घुसून सोनसाखळ्या ओढण्याचे, बॅगा - घड्याळे हातोहात लंपास करण्याचे त्यांचे कसब वाखाणण्याजोगे होते. एके काळी खर्ड्यात असले चोरीचे सामानसुद्धा स्वस्तात मिळत असे. खर्ड्यातल्या सराफांच्या घरांवर अनेकदा बंदूकधारी सशस्त्र दरोडेखोरानी धाडसी दरोडे टाकल्याच्या नोंदी आहेत.

गावात रयत शिक्षण संस्थेचे हायस्कूल निंबाळकरांच्या गढीत भरते. या गढीच्या चारही बाजूंनी मोठमोठे बुरूज आहेत. त्यापैकी एक बुरूज आतून कोरून सुंदर गोलाकार चित्रकला वर्ग तयार करण्यात आला आहे. शाळेचे तत्कालीन चित्रकला शिक्षक सोनवणे सर यांनी संपूर्ण बुरुजाच्या आतील भिंतींवर मोठमोठी तैलरंगातील चित्रे रेखाटली आहेत. यातले छत्रपती शिवाजी महाराजांचे चित्र खूपच देखणे आहे.

खर्ड्याच्या किल्ल्यात खूप भुयारे आणि चोररस्ते आहेत. या अंतर्गत वाटा अंधारातून जातात. रस्ता चुकला तर सरळ विहिरीतच! आता यातल्या धोकादायक वाटा बुजवण्यात आल्या आहेत. किल्ल्यातल्या या विहिरीत तलवारी आणि काही शस्त्रे लपवण्यात आली होती, असे जुने लोक सांगत.

या किल्ल्याच्या वाटेने आणखी पुढे गेले की पुन्हा एक लहानसे; पण सुंदर, दगडी शिवमंदिर व त्याच्याच बाजूला देवीचे मंदिर आहे. या देवीला नवरात्रात फार गर्दी होते. मंदिरामागे एक मोठा गोल गरगरीत, गुळगुळीत दगड आहे. तो एका गुळगुळीत खड्ड्यात ठेवलेला आहे. एक लिंबाचे झाड आहे. त्या दगडावर दोन्ही हात ठेवून बायका देवीला मागणे मागतात. मागणे पूर्ण होणार असेल तर तो जडच्या जड दगड आपोआप फिरतो, असे बायका मानतात. प्रत्यक्षात तो तसा आपोआप कधीच फिरत नाही. खूप ताकद लावल्यावर मात्र तो फिरतो.

एखाद्या ऐतिहासिक ठिकाणासोबत, ऐतिहासिक वास्तूंबरोबरच अनेक दंतकथाही अशा पद्धतीने जोडल्या जातात.

•••

आमचे साहित्य संमेलन

लहानपणी 'साहित्य' या शब्दाशी पहिला परिचय झाला तो पाचवीत गेल्यावर. हायस्कूलला गेल्यानंतर पहिल्यांदा प्रयोगशाळा पाहिली. त्या वेळी खूपच आनंद झाला होता. शाळेतून एक विज्ञान वही मिळाली. तिच्यात प्रयोगाचे नाव, साहित्य आणि कृती असे टप्पे होते. मग साहित्यात परीक्षानळी, चंचुपात्र, मीठ, पेट्रीडीश अशा मंडळींचा परिचय झाला. पुढे मोठेपणीदेखील साहित्य संमेलन हा शब्द ऐकल्यावरही मला विज्ञान प्रयोगाचे साहित्य विकणाऱ्यांचे संमेलन असेच वाटले होते.

हळूहळू छापील साहित्याशी परिचय होत गेला. मग कवितावाचनाच्या किंवा कथाकथनाच्या निमित्ताने साहित्य संमेलनाशीसुद्धा संबंध येत गेला. माझ्या आयुष्यातील अविस्मरणीय साहित्य संमेलन म्हणजे यवतमाळचे साहित्य संमेलन. तसे तर ते अनेक वादविवादांमुळे गाजले. पण माझ्या आयुष्यातील ते सर्वांत यशस्वी संमेलन ठरले आहे. माझ्या मुलाने गरीब शेतकऱ्यांचे धान्यसफाईचे कष्ट कमी करण्यासाठी एक सफाईयंत्र तयार केले होते.

यवतमाळ जिल्हा हा शेतकरी आत्महत्यांसाठी कुप्रसिद्ध आहे. बचत गटातील महिलांसोबत काम करताना आत्महत्याग्रस्त कुटुंबातल्या तरुण-विधवा स्त्रियांचे अनेक प्रश्न समजले होते. बाहेर कुठेतरी जाऊन नोकरी करण्यापेक्षा घरबसल्या रोजगार देणारे काम करणे त्यांच्यासाठी सोयीचे असते. त्यामुळे त्यांना शेताभातावर लक्ष ठेवून काम करता येते. त्यांना शेतीच्या प्रत्येक हंगामात उपयोगी पडणारी सफाईयंत्रे वाटप करण्याचे माझ्या डोक्यात आले.

यवतमाळ जिल्हा व परिसरात पत्रव्यवहार करून तरुण-शेतकरी विधवांची माहिती आम्ही जमा केली. त्यातून चाळीस बायकांची नावे निवडली. साहित्य संमेलनात हे यंत्र बायकांना द्यायचे ठरले. आता यक्षप्रश्न होता पैशाचा! एक यंत्र ६०० रुपयांना पडत होते. तत्कालीन पालकमंत्री मदनभाऊ येरावार यांची भेट घेतली. चाळणीयंत्राचे प्रात्यक्षिक पाहताक्षणी भाऊंनी पैशाचा प्रश्न सोडवला.

आता आमची प्रचंड धावपळ सुरू झाली. फॅब्रिकेटरला विनंती करून तीन दिवसांत ४४ यंत्रांची ऑर्डर दिली. बोधिसत्व फाउंडेशनने सुरुवातीची रक्कम देऊन कच्चा माल आणला. अशा गडबडीत अमर दिनकर यांनी काही रक्कम आणून पोहोचवली. ताज वेल्डर्सचे हुसेनभाई आणि त्यांची टीम यांनी अहोरात्र काम करून सर्व मशीन्स तयार केली. परंतु सगळ्या अ‍ॅटॅचमेंट लावता आल्या नाहीत. उद्या सकाळी साहित्य संमेलन आणि आम्ही रात्रभर चाळण्यांना ऑईलपेंट मारत बसलो. एक जण तयार चाळणीला प्रायमर मारून पुढे सरकवायचा तोपर्यंत आधीच्या चाळणीची फिटिंग करून तिला पेंट मारून ठेवला जायचा.

सकाळी सात वाजता चाळण्या संमेलनस्थळी नेण्यासाठी टेम्पो शोधला. इतक्या सकाळी चाळण्या आणि स्टॅंड गाडीत भरायला मजूर मिळेना. अधिक वाट पाहण्यात अर्थ नव्हता. आम्ही नवराबायकोने मिळून ४० चाळण्या गाडीत चढवल्या (एका चाळणीचे वजन अंदाजे दहा ते बारा किलो).

गाडी घेऊन निघालो तर मिरवणुकीमुळे रस्त्यांवर गर्दी आणि जिथे-तिथे बॅरिकेड्स लावलेले. नऊ वाजता सगळ्या गरजू स्त्रियांना यायला सांगितले होते. आमच्या टेम्पोला कुणीच पुढे जाऊ देईना. संमेलनाची संयोजक मंडळी फोन उचलत नव्हती. अखेर ह्यांचा एक पोलीस विद्यार्थी दिसला. सगळी कथा ऐकल्यावर त्याने ड्रायव्हरच्या बाजूला बसून आम्हांला मंडपाच्या दारापर्यंत पोहोचवले.

मंडपाच्या मुख्य प्रवेशदारातही प्रचंड गर्दी होती. त्यातून टेम्पो आत जाऊ द्यायला द्वारपाल पोलिसांनी ठाम नकार दिला. मग तिथेच टेम्पो लावून सगळ्या चाळण्या खाली उतरवल्या. संमेलनाच्या दारातून स्टॉलपर्यंतचे अंतर दीड ते दोन हजार फुटांपेक्षा जास्त होते. मध्ये दोन वेळा पायऱ्या होत्या. मी पदर कमरेला खोचला. बोधीला चाळण्यांपाशी उभे केले. मी चाळण्या उचलल्या आणि ह्यांनी स्टॅंड उचलले. एका वेळी दोन हातात फक्त दोनच चाळण्या नेणे शक्य होते.

तिसऱ्या चकरेला मी तीन चाळण्या एकावर एक ठेवून डोक्यावर ठेवल्या आणि गर्दीतून वाट काढत निघाले. लोक अजब चमत्कार पाहिल्यासारखे पाहत होते. 'साहित्य संमेलनात भांड्यांचे दुकान कशाला लावताय?' असा प्रश्न दर चकरेला कुणी ना कुणी विचारत होते. सगळीकडे पुस्तकांचे स्टॉल सजलेले असताना ही बाई नेमका काय कुटाणा करतेय, असा प्रश्न रसिकांना पडणे साहजिक होते.

एवढ्यात अनुपमा उजगरेंनी मला चाळण्या वाहताना पाहिले आणि मोठ्या आश्चर्याने त्या माझ्याजवळ येऊन 'हे काय!' म्हणून विचारू लागल्या. सगळी कहाणी कळल्यावर घाईघाईने जाऊन त्या इतर मान्यवरांना चाळणी स्टॉलवर घेऊन आल्या. मोठ्या कौतुकाने आमच्या कामाची माहिती देऊ लागल्या. सकाळपासून चाळण्या उचलून माझी साडी मळली होती. पार अवतार झाला होता. अनुपमाताई हातात चाळणी घेऊन सर्वांना माहिती सांगताना पाहिल्यावर मला त्यांच्या शुभहस्ते जणू माझ्या साहित्याचे प्रकाशन झाल्यासारखे वाटत होते.

मघाशी डोक्यावरून चाळण्या वाहताना मला स्टेजच्या पुढच्या बाजूने जावे लागल्याने बरेच लोक काय आहे हे पाहायला उत्सुकतेने स्टॉलवर आले. मग मी आणि बोधी आलेल्या लोकांना चाळण्यांची माहिती देऊ लागलो. लोकांना चाळणीचे काम कसे चालते हे दाखवण्यासाठी बोधीच्या पप्पांनी बाजारातून गहू आणले. मग मी खुर्च्या बाजूला सारून मांडी घालून जमिनीवर बसले आणि समोरच्या गर्दीला गहू चाळून दाखवू लागले.

अनेक साहित्यरसिकांनी मला चाळणी विकत मागितली. 'या चाळण्या विकण्यासाठी नाहीत' असे परोपरीने सांगूनही एक वयोवृद्ध आजोबा तिथून हलेनात. त्यांच्या बायकोला कमरेच्या दुखण्यामुळे धान्य साफ करणे होत नव्हते. या चाळणीमुळे तिचा त्रास वाचणार होता. ते खूप गयावया करून मला चाळणी मागू लागले. अखेर निरुपाय होऊन मी त्यांना ५०० रुपयांना एक चाळणी दिली. ते आनंदाने ती डोक्यावर घेऊन निघून गेले.

अखिल भारतीय साहित्य संमेलनाच्या स्टॉलवर बसून दणकट लोखंडी साहित्य विकण्याचा मान मिळवणारी मी एकमेव लेखिका आहे!

•••

बयं गेली अन् बयची वाकय गेली

नागपूर ही महाराष्ट्राची उपराजधानी आणि विदर्भाची राजधानी. नागपूरची मराठी हिंदीमिश्रित आहे. नागपूरहून यवतमाळला आलं की या मराठीचं स्वरूप बदलतं. बुलढाण्यातली मराठी मात्र या दोन्हींपेक्षा आणखीनच वेगळी आहे. बुलढाण्यातल्या बोलीतही हिंदी शब्दांचा सर्रास वापर केला जातो. प्रमाण मराठीपेक्षा इथली बोली फार वेगळी आहे.

इथे 'आतापर्यंत'ला अदलोक असा शब्द आहे. 'अदलोक काय करत होती वो बाई तू?' म्हणजे 'तू आतापर्यंत काय करत होतीस ग, बाई?' आणि 'तदलोक' म्हणजे 'तोपर्यंत'. 'मरे तदलोक सुदरणार नाही वो हे बाई' म्हणजे 'ही बाई मरेपर्यंत सुधारणार नाही.'

मराठीत जो 'बंदा रुपया' असा शब्द वापरला जातो, तो बंदा इथे 'बंद' म्हणजे सगळं, अख्खं या अर्थी वापरला जातो. 'बंदच खाऊन घेतलं का वो माय बाई तुनं?' म्हणजे 'सगळंच खाऊन टाकलंस का ग बाई तू?'

'इतली काऊन तळावली?' म्हणजे 'जास्त माजली काय?' यातलं 'काऊन' म्हणजे 'काय म्हणून' असतं. इथे 'ळ'चा उच्चार 'ड' आणि 'ड'चा उच्चार 'ळ' करतात. म्हणजे बघा – फळा - फडा आणि फडा - फळा. फड्यावर खडूने लिहिलं जातं आणि 'फळ्याने घर झाळलं जातं.' फडा म्हणजे केरसुणी किंवा झाडणी. बोलताना म्हणणार 'आण तो फळा, इतलं लोटून टाकतो.'

स्त्रिया बोलताना खातो, करतो, जातो, येतो अशी पुरुषी रूपं वापरतात. 'ते

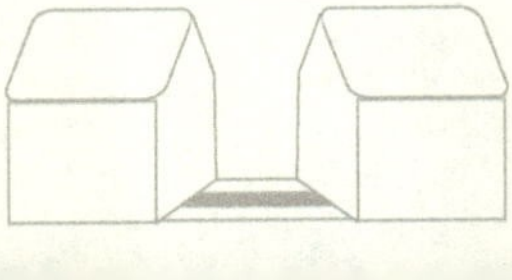

जाऊ राह्यली' म्हणजे 'ती जात आहे', 'ते खाऊ राह्यली' म्हणजे 'ती खात आहे.'

इथे सुनेला वायरी म्हणतात आणि घरात सुनांचं स्थान अत्यंत दुय्यम-तिय्यम दर्जाचं असतं.

इथल्या शिव्याही मोठ्या मजेदार आहेत!

हेंबाडी किंवा हेंबामाय म्हणजे बावळट किंवा गबाळी.

झांबली किंवा झांबलट म्हणजे हळूबाई किंवा मंद गतीने काम करणारी.

फुटकी म्हणजे आंधळी.

मॅट म्हणजे मॅड.

तितुरधऱ्या म्हणजे धांदरट.

हेल्याचं मस्तक म्हणजे मंदबुद्धी.

यल्लावली म्हणजे लाडात आली.

हिडगू नको म्हणजे नाटकं नको करू.

बांड्या पंचायती म्हणजे रिकाम्या चौकश्या.

रिकामे कामं म्हणजे नसते उद्योग.

आठी म्हणजे इथे आणि तठी म्हणजे तिथे.

इतलं म्हणजे इतकं आणि तितलं म्हणजे तितकं.

'तितल्यात काईच व्हत नाही वं, भाऊ' म्हणजे 'तितक्यात किंवा तेवढ्यात काहीच होत नाही.'

'ते माझी बाई हे.' म्हणजे 'ती माझी मुलगी आहे.'

परेशानी, दिमाग, अंदर, वापस, आलू, दवाई, बुढा, बुढी असे अनेक हिंदी शब्द या बोलीत प्रचलित आहेत. काली-पिली म्हणजे काळ्या-पिवळ्या रंगाची टॅक्सी.

रोडगे, मुंगाड्या, करोडा (उडदाचे वडे), सरकुंडे (शेवया), साबुदाण्याची उसळ (खिचडी), चिवईचं बेसन, वरणगोटे, डाळभाजी (पालेभाजी - डाळ) आलुबोंडे (बटाटावडे), बोंडं (लाल भोपळ्याची गोड भजी), शेवळ्या (शेवया), चौलाई फल्ली (चवळीच्या शेंगा), कवळं (लाल भोपळा) अशी खाद्यपदार्थांची नावं आहेत.

खुंबा (कोपर), टोंगळा (गुडघा), दिमाग (डोकं), क्रिम-किरमं (जंत,

कृमी), जाडदुम (खूपच मस्त), पयप (पाइप), सराटा (उलथनं), कोपर (परात), बोंबली (बेंबी), बाड (बाळ), गोडी (गोळी), उस्ती (उशी), उस्ताला (उशाला), भलकाईच (भलतेच), उंद्री (काळी), डोमडी (काळी-सावळी), निपक (स्वच्छताप्रिय), चबरी (चाभरट), शिंगल बशी (बशी), डोकसं (डोकं), गिधाडं (घाणेरडं), झांपर (ब्लाउज), संबार (कोथिंबीर), शिशी (बाटली), पिवशी (पिशवी), ड्राम (ड्रम), बाल्टी (बादली), किटकुला (किडा), पावशी (विळी), गंज (पातेलं), काड्या (सरपण), सडेल फटक (सडलेलं), वईस फटक (शिळं, वाईट वासाचं), चंग पानी (पातळ फुळुक), गंदं फटक (घाणेरडं); असे बाहेरच्यांना चमत्कारिक वाटणारे शब्द इथल्या बोलीत आढळतात.

इथल्या लोकगीतात 'दिल्ली शहरामंदी रुपयाला वांगे चार, घ्या ना घ्या ना रमाबाई संबार हिरवागार' अशी एक ओवी सापडली. बाबासाहेब आंबेडकर दिल्लीत राहत असताना त्यांच्या पत्नी रमाबाईंना तिथल्या महागाईचं वाटणारं आश्चर्य या लोकगीतातून व्यक्त होताना दिसतं. यात संबार म्हणजे कोथिंबीर.

उडदाची दाय म्हणजे (उडदाच्या डाळीचं वरण) आणि ज्वारीची भाकरी खाताना एक गाणं म्हटलं जातं –

'ओ माझी माय, उडदाची दाय, खाशीन तं खाय नाई तं उपाशी ऱ्हाय'

लहान लेकरं खेळवताना एक मजेदार गाणं आहे –

'अशी माय भिलाई गोंडीण, गेली माय तयाच्या नालीनं, आणिल्या मासोया धरून, खाल्ल्या बाई मटक मारून' इथे 'ळ'च्या जागी 'य' वापरलेला आहे.

'अबे, काऊन बे तितुरधऱ्या! काय करून राह्यला?'

'किती पोड्या दाबल्या?'(पोड्या म्हणजे पोळ्या)

'काऊन हिडगु ऱ्हायली वं!'(कशाला नखरे करते ग!')

'भुकेनं कोय-कोय झालं' (फार भूक लागली.)

'काय खाऊन घर बांधीन?' (कसं काय घर बांधू शकेल?)

'करूनच राह्यली ना!'(करतेच आहे ना!)

'राई-राईचे परकार केले.' (विविध खाद्यपदार्थ बनवले.)

'तठी काय करू राह्यला?' (तिथे काय करतो आहेस?)

'येल पाडू नको.'(लघळ बोलू नको किंवा लाडात येऊ नको.)

‘पाचात पडली.’ (पतिव्रता झाली.)
अशिलाची बाई (चारित्र्यवान स्त्री)
झाकडपड्या (वेळेवर काम न उरकणारा)
पीठ चूर. (कणीक मळ.)
बोंबल्या गांडीचा (रडतोंड्या)
बंदच पाणी उभरलं. (सगळंच पाणी ओतलं.)
फुगून फागून आली. (पोटभर जेऊन आली.)
सट दाबलं. (पोटभर खाल्लं.)
येलपाडी (नखरेल स्त्री)
येले पडले. (कष्ट पडले.)
टोले घेणे (व्यर्थ कष्ट करणे, अनावश्यक कष्ट करणे)
मुत्रा फटक चहा (बेचव चहा)
पोटाला तंती लागली. (पोटाला तडस लागली.)
मळकी लागली. (मळमळ होत आहे.)
ऊन लागलं. (लघवीची जळजळ होणे)
अंगार होते. (आग होते आहे.)
बजार केला. (बाजार केला.)
चाल, निंग भाईर! (चल, हो बाहेर!)
घरघुशी (बळेच घरात घुसलेली)
होबकाल्ड (तोंड) इत्यादी.

यावरून बुलढाण्याच्या बोलीचा तडका समजायला हरकत नाही. शेवटी एकच मजेदार म्हण पाहू या! साध्या मराठीत ज्याला ‘तेलही गेले, तूपही गेले आणि हाती धुपाटणे आले’ असं म्हणतात. त्या म्हणीसाठी बुलढाण्यात मोठी इरसाल म्हण वापरतात. ती म्हणजे, ‘बयं गेली अन् बयची वाकय गेली.’ म्हणजे, बाईही गेली अन् तिच्याबरोबर तिची वाकळ म्हणजे गोधडीही गेली. त्यापेक्षा बयं सांभाळलेली बरी म्हणजे वाकय आयतीच मिळते!

•••

सुविचारांचा सुळसुळाट

आम्ही सगळी भावंडं इयत्ता चौथीपर्यंत जिल्हा परिषद प्राथमिक शाळेत शिकलो. आमच्या गावात ती 'मराठी शाळा' म्हणून ओळखली जायची. सकाळी सात ते साडेसात हा टोल देण्याचा कार्यक्रम असायचा. हे टोल देण्याचे काम शाळेतले थोराड विद्यार्थी आणि एक शिक्षक आळीपाळीने करत असत. टोल देणे म्हणजे घंटा वाजवणे. शाळेपासून दूर राहणाऱ्या विद्यार्थ्यांना शाळा सुरू झाल्याची सूचना देण्यासाठी ही घंटा टण टण, टण टण अशी अर्धा तास बडवली जायची. लहान मुलं टोल द्यायसाठी भांडायचे. डाव्या हातात जडशीळ पितळी घंटा आणि उजव्या हातात लाकडी टोल धरून पोरं मोठ्या उत्साहाने घंटा बडवत.

साडेसात ते आठ परिपाठ होत असे. परिपाठात सुरुवातीला 'सुखी सगळ्यांना ठेव देवराया' ही प्रार्थना होई. त्यानंतर 'आजचा सुविचार' असे. यात एक शिक्षक एक सुविचार सांगून त्याचा अर्थ समजावून सांगत असत. कधी-कधी विद्यार्थीसुद्धा सुविचार सांगत. त्यानंतर दिनविशेष, बातम्या आणि शेवटी राष्ट्रगीताने परिपाठाची सांगता होत असे.

यात सुविचार फक्त तोंडी सांगितला जात नसे, तर शाळेच्या बाहेरील भिंतीवरच्या फळ्यावर लिहिलाही जात असे. बाहेरील भित्तीफलकावर दिनांक, सुविचार, एखादी महत्त्वाची बातमी आणि कुठल्याही स्पर्धेत यशस्वी झालेल्या विद्यार्थ्यांची नावे लिहिली जात.

वर्गात भाषा विषयाच्या तासालासुद्धा धडा शिकवताना सुविचार सांगितले

जात. कधी-कधी 'सुवाच्च अक्षरात पाच सुविचार लिहून आणा' असा गृहपाठही सांगितला जायचा. एवढेच नव्हे, तर मराठी शाळेच्या बाहेरील भिंतींवर प्रत्येक खिडकीच्या वर एक सुविचार लिहिलेला असे.

मुख्य प्रवेशद्वाराच्या कमानीवर 'जिचे हाती पाळण्याची दोरी, ती जगाते उद्धारी' हा सुविचार लिहिलेला होता. तिसरीच्या वर्गाच्या दारावर 'शिकलेली आई घरादारा पुढे नेई' हा सुविचार लिहिला होता. सांडपाण्याची सुव्यवस्था, गावाची स्वच्छता, गरोदरपणातली काळजी, लसीकरणाचे महत्त्व, सुदृढ शरीर, दैनंदिन व्यायाम, नियमित जीवनशैली या आणि अशा अनेक विषयांवरील सुविचारांनी शाळेच्या भिंती सुशोभित केलेल्या होत्या. याशिवाय, वार्षिक इन्स्पेक्शनच्या वेळी वर्गावर्गांत सुविचार लिहिलेल्या मोठमोठ्या पट्ट्या भिंतींवर डकवल्या जायच्या. पांढऱ्या चुन्याने रंगवलेल्या भिंतींच्या अंगाखांद्योवर गेरूने लिहिलेल्या सुविचारांची अशी लडिवाळ रेलचेल असायची. तर, अशा अनेक पद्धतींनी विद्यार्थ्यांची सुविचाराशी गाठ घालून दिली जात असे.

पुनःपुन्हा वाचून-वाचून हे सगळे सुविचार तोंडपाठ झालेले असायचे. 'सत्यं वद धर्मं चर!' असल्या संस्कृत सुविचारांच्या अर्थाबद्दल गाढ अज्ञान असलं तरी 'नेहमी खरे बोलावे', 'अंग धुई चोळून, मरीन (जंतू) जाती पळून' असले सुविचार सोपे वाटायचे; तर 'नाही निर्मळ मन काय करील साबण', 'जगाच्या कल्याणा संतांच्या विभुती देह कष्टविती परोपकारे' या सुविचारांचेही बऱ्यापैकी अर्थ कळायचे.

तर, त्या वयात सुविचार वाचायचे, पाठ करायचे, सुवाच्च अक्षरात लिहायचे इतकाच आमचा सुविचारांशी सुखाचा संबंध होता. आता फेसबुक, व्हॉट्सॲप ही माध्यमं आली आणि खरी गळचेपी सुरू झाली. सुविचारप्रेमी लोकांनी या माध्यमांवरून जनतेला सुविचार पाठवण्याचा धडाकाच सुरू केला. साधा सुविचार, सचित्र सुविचार, सफोटो सुविचार, सुंदर बाईच्या तोंडावर लिहिलेला सुविचार, जीआयएफ सुविचार, गीतमय सुविचार, कवितारूपी सुविचार असे अनंत रूपांनी सुविचार अंगावर धावून यायला लागले. संपूर्ण जगाला सुविचारी करून सोडायचा विडाच जणू या सुविचारप्रेमींनी उचलला.

एखाद्या तरुणीच्या फोटोवर 'टाकीचे घाव सोसल्याशिवाय अंगी देवपण येत

नाही. म्हणून संकटांमुळे डगमगून न जाता त्याचा धैर्याने सामना करा. सुप्रभात!' किंवा कुठल्याही फोटोवर धाडस देणारा सुविचार लिहून त्याखाली शुभ सकाळ, शुभ दुपार, शुभ संध्याकाळ, शुभरात्री असं लिहून धडाधड फॉरवर्ड करणाऱ्यांचा नुसता सुळसुळाट झालाय.

अरे! काय हा उच्छाद मांडलाय! कुठलाही सुविचार वाचून कुणाच्याही आयुष्यात कसलाही फरक पडत नसतो; तर आपापल्या आयुष्यात येणाऱ्या प्रसंगांचे स्वरूप आणि परिस्थिती पाहून योग्य निर्णय घेतल्यामुळेच मनुष्य यशस्वी होत असतो, हे या लोकांना कुणी सांगेल का?

समोरच्या माणसाकडे तुमचे सुविचार वाचायला वेळ आहे का?... त्याची त्याला गरज आहे का?... तो वाचण्याची त्याची मनःस्थिती आहे का?... सगळ्यांनी पाठवलेले असे सुविचार डाउनलोड करण्यासाठी किती नेट खर्च होईल?... फोनची मेमरी किती?... हे सगळं गबाळ डिलीट करायला किती वेळ लागेल?... याचा काही विचार? किती अंत पाहायचा एखाद्याच्या सहनशक्तीचा!

बरं, आपल्या देशात अठरापगड जातिधर्माचे लोक राहतात. रोज कोणाचा ना कोणाचा कुठलातरी सण किंवा उत्सव सुरूच असतो. या सगळ्या प्रसंगी शुभेच्छा देत बसायचं आणि नंतर डिलीट करत बसायचं, या खेळात किती मौल्यवान वेळ वाया जातो याचा काही हिशेब...!

व्हाट्सअॅप आणि फेसबुक नव्हतं तेव्हा हे सण साजरे होत नव्हते का?

थोडातरी विचार करायला काय हरकत आहे?

हा देश तमाशाने बिघडला नाही आणि कीर्तनाने सुधारला नाही. ज्याला-त्याला स्वत:चे भले कशात आहे हे चांगले कळते. आपल्या एका न मागितलेल्या सल्ल्याने किंवा सुविचाराने दुसऱ्याच्या जीवनात काही मोठा फरक पडणार आहे, असे तुम्हांला खरेच वाटते का?

•••

मांचुरियन

आमच्या कॉलनीत जेमतेम दहा-बारा घरं. सगळ्या घरांत मिळून तेवढीच लेकरं. त्यातही बोधीच्या वयाची फक्त दोन. एक, सक्षम त्याच्याच वर्गातला आणि दुसरा, वंश त्याच्यापेक्षा दोन वर्षांनी लहान. अशी साधारण एका वयोगटातली इन मीन तीन मुलं.

सगळ्यांच्या क्लास, शाळा आणि इतर गोष्टींमधून वेळ मिळालाच तर हे तिघं पूर्वी क्रिकेट, सायकलिंग, चेस, कॅरम किंवा लुडो खेळायचे. उन्हाळ्याच्या सुट्टीत कधी-कधी आम्ही त्यांना एकत्र पोहायला न्यायचो. परंतु हे सगळं लॉकडाउनपूर्वी! नंतर तर भीतीपोटी सगळंच बंद झालं. मुलं घरात बंद झाली. संध्याकाळी घराच्या गच्चीतून एकमेकांशी बोलत किंवा मास्क लावून एकमेकांपासून दूरदूर राहून सायकल चालवत. सारख्या वयाच्या सोबत्यांची संगत तुटल्यामुळे लेकरं केविलवाणी झाली.

मुलं मित्रांशी जे बोलतात ते आईवडिलांशी कधीच बोलू शकत नाहीत. नातं कितीही मनमोकळं असलं तरी आईवडील मित्रांची जागा घेऊ शकत नाहीत. बालवयात आणि किशोरवयात मित्रांची फार गरज असते. आपल्या वयाच्या मित्रांशी बोलावंसं वाटणं ही एक सहज नैसर्गिक प्रेरणा असते. खेळाय-बोलायला मित्र मिळाले नाहीत तर भावनिक विकास खुंटतो. मनाची कुचंबणा होते. समवयस्कांच्या सहवासात नैसर्गिक प्रवृत्तींचा योग्य विकास होतो. समवयस्कांसोबत भरपूर वावरलेल्या मुलांचा भावनिक विकास निकोप होतो.

इतकंच काय; प्रत्येक वयात मनुष्याला समवयस्कांसोबत सुरक्षित वाटत असतं. पोरांचे असे हाल बघून शैक्षणिक मानसशास्त्र उकळून प्यायलेल्या माझ्यातल्या आईचा जीव गलबलत होता.

कधी-कधी मी मुलांना घराबाहेर बोलावून गप्पा मारायला किंवा दुरून-दुरून एकत्र खेळायला सांगायची. पण आम्ही सगळे कोविड भयगंडाने पछाडलो होतो. टीव्हीवरच्या भयकारी बातम्यांमुळे जास्त जवळिकीचीही अतिशय भीती वाटायची. प्रत्येक जण दुसऱ्याचा संशय घेऊ लागला होता.

दरम्यान लॉकडाउन शिथिल झाला होता आणि वातावरण थोडंसं निवळू लागलं होतं. मुलं एकमेकांच्या घरी येऊ-जाऊ लागली होती. शाळा ऑनलाइनच सुरू होत्या; पण गाडं जरासं सुरळीत चालायला लागलं होतं. आता बोधी आणि सक्षम रोज संध्याकाळी एकत्र सायकलिंग करू लागले होते. एकमेकांशी पूर्वीसारखे खेळू-बोलू लागले होते. अन् हाय रे माझ्या कर्मा! अचानक दोघांमध्ये काहीतरी बिनसलं. दोघंही खेळायचे बंद झाले. मी बोधीला पुनःपुन्हा विचारून पाहिलं. पण तो काय झालंय ते सांगायला तयार नव्हता. त्याचा एकुलता एक मित्र, तोही येईनासा झाला. मला फार काळजी वाटू लागली. आमच्या घरापासून दोन-तीन किलोमीटरच्या परिघात फक्त हे दोघंच वर्गमित्र होते. काय करावं कळेना! 'सक्षाला डबापार्टीला बोलवायचं का?', 'सक्षाला व्हिडिओ करायला बोलवायचं का?', 'सक्षाचे होमवर्क कम्प्लिट झाले का, ते विचारून तरी बघ.'

मी वेगवेगळ्या मार्गांने सुचवून पाहिलं. पण, नो रिस्पॉन्स! 'या दोन जिवलग मित्रांमध्ये असं झालं तरी काय असावं...' या विचाराने माझी घालमेल होऊ लागली. दहा-बारा मित्र असते तर काही काळजी नव्हती. दोघांनाही कुणाशी ना कुणाशी खेळता आलं असतं. मी स्वतःच सक्षाला फोन करावा असा विचार माझ्या मनात आला. पण मी तसं केलं नाही. 'वेट अँड वॉच' म्हणून स्वतःला समजावलं. पण चैन पडत नव्हतं. मित्रावाचून दिवसभर एकट्याने काहीतरी करून जीव रमवणारं किशोरवयीन मूल उगीचच गंभीर वाटायला लागतं. त्याची मित्राची भूक मला समजत होती. मित्र भाड्याने आणता येत नाहीत. वय, वर्ग, विषय काहीतरी सारखं असावं लागतं.

यातच आमच्या कॉलनीतल्या चमीचा बड्डे आला. तिच्या आईवडिलांनी

वाढदिवस मोठा करायचं ठरवलं. सगळ्यांना सहकुटुंब बोलावलं. आम्हीही अनेक दिवसांनंतर सोशल फंक्शन अटेंड करायला उत्सुक होतो. वाढदिवसाच्या संध्याकाळी मी बोधीला, सक्षम किती वाजता येणार आहे, ते फोन करून विचारायला सांगितलं. पण त्याने विचारलं नाही.

संध्याकाळी आम्ही सहकुटुंब चमीच्या घरी गेलो. मस्त मंडप टाकला होता. स्टेज लावलं होतं. गाणी वाजत होती. आम्ही मंडपाच्या दाराशी पोहोचलो. उजव्या बाजूला सक्षम, वंश आणि छोटा लाल्या पाठमोरे बसलेले दिसले. आमची चाहूल लागल्याबरोबर सक्षा वळला आणि एकदम उठून उभा राहिला. वंशसुद्धा उठला. बोधी जागेवरच थांबला. दोघं एकमेकांकडे पाहू लागले. सक्षाने भुवया उंचावून कपाळावर आठ्या पाडल्या... डोळे मोठे केले! बोधीने कसलाही प्रतिसाद दिला नाही. माझा जीव खाली-वर व्हायला लागला. अस्वस्थता शिगेला पोहोचली होती. इतक्यात सक्षा पुढे सरकला आणि एकदम बोलला, 'बोधी, तिथं मस्त मांचुरियन आहे. जा घेऊन ये.' एवढं बोलून तो हातातली रिकामी वाटी घेऊन पुढे आला.

'तू खाऊन बसला वाटतं.' बोधी त्याच्या हातातल्या रिकाम्या वाटीकडे बघत म्हणाला. काहीच न घडल्यासारखे दोघंही सहजपणे मांचुरियनच्या स्टॉलकडे निघाले. वंशही हातातली रिकामी वाटी घेऊन त्यांच्या मागे गेला. मांचुरियन हा लहान मुलांच्या बर्थ-डे पार्टीतला एक खूपच महत्त्वाचा पदार्थ असतो, याचा मला असा अचानक साक्षात्कार झाला!

•••

तमाशा आणि वारी

तमाशा हा ढोलकीच्या खणखणाटावर महाराष्ट्राचं काळीज धडकवणारा सामाजिक जल्लोष; तर वारी ही अद्वैताच्या वाटेवर नेणारी भक्तिपरंपरा आहे. या दोन्हीही महाराष्ट्राच्या मातीतून उगवलेल्या आणि मराठी जनमानसावर अधिराज्य करणाऱ्या लोकपरंपरा आहेत.

असे म्हणतात, की मराठी माणूस तमाशाने बिघडला नाही आणि कीर्तनाने सुधारला नाही. शारीरिक आणि मानसिक दोन्ही पातळींवर तो काळ्या कातळासारखा अभिन्न आहे.

४०-५० वर्षांपूर्वी महाराष्ट्रात तमाशा हा ग्रामीण भागातील जनतेचा अत्यंत लोकप्रिय कलाप्रकार होता. जत्रा-यात्रांच्या निमित्ताने गावोगावी, खेडोपाडी तमाशा येत असे. मोकळ्या माळरानावर, गावातल्या पटांगणात, कोरड्या नदीपात्रात तमाशाचे स्टेज लावले जाई. आबालवृद्ध, स्त्रिया-पुरुष, तमाम जनता तमाशा पाहायला लोटत असे. तमाशाच्या दिवशी सकाळीच तमासगिरांच्या गाड्या गावात येऊन धडकत. टेम्पो, टाटाचा लहान ट्रक, मित्सुबिशी आणि असल्या लहान गाड्यांमधून तमासगीर गावात दाखल होत असत. एका बाजूला कनाती उभ्या करून बायका-पोरं विश्रांती घेत; तर एकीकडे उघड्यावरच स्वयंपाकासाठी तीन दगडांच्या चुली मांडल्या जात. जवळपासच्या नद्या-विहिरीचे किंवा ओढ्याचे पाणी मिळेल अशा ठिकाणी कनाती बांधल्या जात.

तमाशाचा फड जितका नामवंत असेल तितकी वाहनांची आणि कलावंतांची

संख्या जास्त असे. मंगला बनसोडे यांच्या तमाशासोबत २५-२६ वाहनांचा ताफा असायचा. असल्या महागड्या तमाशांची सुपारी साखर कारखानेच घेऊ शकत होते. बाकी लहानसहान गावात छोटेमोठे तमाशे बोलावले जात.

मराठी माणसाची मोठी गंमत आहे! तमाशा पाहण्यासाठी फुरफुरणारा मराठी तरुण जितक्या उत्साहाने लावणीवर फेटे उडवतो तितक्याच उत्साहाने वारीत विठ्ठल नामाचा जयघोष करतो. मन-मस्तक-मनगटातली रग आणि धग दोन्हीकडे सारखीच असते.

सिनेमातल्या नट-नट्यांसारखी पात्रं कितीही सुंदर असली तरी ती फक्त आभासी पडद्यावरच दिसतात. त्यांना प्रत्यक्ष पाहण्याची संधी दूरदूरपर्यंत कुठेच नसते. पण नाटक आणि तमाशा या जिवंत लोककला आहेत. यातली पात्रं डोळ्यांसमोर वावरताना, हलता-बोलताना दिसतात. इथे कलावंतांबद्दलचे नैसर्गिक कुतूहल शमवण्याची संधी असते. तमाशातल्या कलावंतांना सामाजिक समस्यांची संपूर्ण जाणीव असते. कारण प्रेक्षक ज्या समाजात राहतो त्याच समाजाचा ते एक अविभाज्य भाग असतात. सिनेमातल्या स्क्रिप्टेड संवादांपेक्षा तमाशा कलावंतांची उत्स्फूर्त आणि रसरशीत शैली सामान्य माणसाच्या मनाला अधिक मोह घालते.

रात्री तमाशात मुकुट घालून सिंहासनावर बसलेला राजा सकाळी नदीतल्या दगडावर अंघोळ करताना आपल्यासारखाच सामान्य माणूस दिसतो हे लोकांना आवडते. रात्री नाटकात राणी झालेली बाई त्याच नदीतल्या दगडावर लेकरा-बाळांचे कपडे धुताना दिसते. ही माणसे अगदी गावकऱ्यांना आपलीशी वाटतात.

सामान्य माणसाचे आयुष्य आणि कलावंताचे आयुष्य यातला महत्त्वाचा फरक म्हणजे, कलावंत चारचौघांत, हजारांत मंचावर उभा राहून शैलीदारपणे बोलू शकतो, नाचू शकतो, गाऊ शकतो, वाद्य वाजवू शकतो. बोचऱ्या सामाजिक समस्यांवर झणझणीत टीका करू शकतो.

आनंदाच्या क्षणी शरीराच्या उत्फुल्ल हालचाली करणे म्हणजे नृत्य. यात मानवी जीवनातल्या शेकडो भावभावना कारंज्याप्रमाणे उसळतात आणि देह नर्तनाची आवर्तने घेतो. आनंदाने नाचण्यासाठी नृत्य, संगीत शिकण्याची मुळीच गरज नाही. शाळा सुटल्याची घंटा वाजल्यानंतर नाचत-बागडत मुलं वर्गाबाहेर पडतात, हा नैसर्गिक नृत्याचाच एक आविष्कार असतो.

सामाजिक बंधनाआड जगणाऱ्या सामान्य माणसालासुद्धा जीवनात अनेक वेळा नाचण्या-गाण्याच्या ऊर्मी येतात. परंतु कौटुंबिक आणि सामाजिक बंधनांमुळे तो तसे करू शकत नाही. या त्याच्या ऊर्मींना वाट मोकळी करून देण्याचे काम लोककला वर्षानुवर्षे करत आहेत. लोककला ही सामाजिक भावभावनांना वाट करून देण्याची सामाजिक सोय आहे. जत्रा-यात्रांच्या निमित्ताने ग्रामीण जनतेला ही संधी मिळते. ज्या गोष्टी करण्याची तीव्र इच्छा आहे, पण त्या स्वतः करू शकत नाही, त्या इतरांना करताना पाहण्याची एक नैसर्गिक प्रेरणा प्रत्येक मनुष्यात असते.

पंतप्रधान हा आपल्या गल्लीतला माणूस आहे असे समजून तमाशातला सोंगाड्या त्याच्यावर टीकेचे आसूड ओढतो किंवा मुख्यमंत्र्यांच्या वर्तनावर सडेतोड टीका करतो. समाजातल्या असामाजिक तत्त्वांवर अचूक बोट ठेवतो. चुकीच्या सामाजिक कृतींचे खंडन करतो. हसतखेळत समाजाचे दोष दाखवून देतो, हे लोकांना फार आवडते. आपण जे करू शकत नाही किंवा बोलू शकत नाही ते सोंगाड्या उघडपणे बोलतो, यावर लोक खळखळून हसतात. नकळतपणे त्यांचे मन मोकळे होते आणि तणाव सैलावतो.

एक वेळ पुरुषांना तरी समाजात खुलेपणाने वावरण्याची दैनंदिन संधी मिळते; परंतु स्त्रियांना ती जवळजवळ मिळतच नाही. त्यामुळे वारीत ग्रामीण स्त्रिया आनंदाने धावताना-पळताना-खेळताना आढळतात. स्त्रियांच्या तमाशात नाचण्याला सामाजिक सन्मान दिला जात नाही; परंतु वारीत विठ्ठलनामात दंग होऊन नाचणाऱ्या स्त्रियांचा चरणस्पर्श केला जातो. आनंददायक नैसर्गिक हालचाली ही प्रत्येक मानवाची अपरिहार्य गरज आहे. खुशीने नाचणं-गाणं या नैसर्गिक ऊर्मी आहेत.

तमाशा आणि वारी दोन्हींकडे सामान्य माणसाला ही संधी उपलब्ध असते. स्वतःला नाचता येत नसेल तर कमीत कमी दुसऱ्यांना समोर प्रत्यक्ष नाचताना पाहून हा आनंद लुटता येतो. या दृष्टीने वारीकडेसुद्धा एक लोककला म्हणून पाहता येईल. कारण वारीत अनेक लोककलांचा उत्सव मानला जातो. लोकगीते, लोकनृत्य, लोकपरंपरा यांचा अत्यंत उत्स्फूर्त आणि आनंददायक आविष्कार वारीत पाहायला मिळतो. वारीत लिंगभाव दूर सारून स्त्रीपुरुष आनंदाने एकत्र प्रवास करतात.

तमाशा आणि वारी या माणसाला माणूस म्हणून जगण्यासाठी मदत करणाऱ्या, समानतेची वाट दाखवणाऱ्या अद्वितीय मराठी लोकपरंपरा आहेत.

•••

देह आणि पदविक्रय : एकाच नाण्याच्या दोन बाजू

डॉ. मोहन देस यांच्या एका लेखात असा उल्लेख आहे, की 'या स्त्रियांच्या मानसिक आणि आरोग्यविषयक समस्या सोडवणं एक वेळ सोपं आहे; परंतु त्यांच्या सामाजिक स्वास्थ्याची समस्या सोडवणं फार कठीण आहे.'

एखादा भ्रष्टाचारी नेता किंवा अधिकारी आपल्या परिसरात राहत असेल तर लोक स्वतःचा पत्ता सांगताना फुशारकीने सांगतील, 'आमचं घर अमुक साहेबांच्या घराजवळ आहे.' परंतु अशी एखादी बाई यांच्या वस्तीत राहायला आली तर तिच्या विरोधात पोलिसात सामूहिक तक्रार दाखल करतील. त्या बाईमुळे यांच्या सुसंस्कारीत घरातील मुलं बिघडायची यांना भीती वाटते. पण त्या भ्रष्ट व्यक्तीकडे ये-जा करणाऱ्या भ्रष्ट पै-पाहुण्यांमुळे (?) आपला समाज बिघडत आहे, याची त्यांना मुळीच चिंता वाटत नाही.

माझा मुद्दा वेगळाच आहे. ज्या व्यवसायाकडे समाज अत्यंत तुच्छतापूर्वक पाहतो, ज्या कामाला हीन मानलं जातं, ज्या कामाचा उल्लेख करून स्त्रियांना अश्लाघ्य शब्दांत शिवीगाळ केली जाते, तो व्यवसाय फक्त त्या विशिष्ट वर्गातल्या स्त्रियाच करतात का? रोज आपल्याला बातम्यांमधून कळते की, 'अमुक एका आमदाराने इतक्या रकमेची अफरातफर केली', 'तमुक एका मंत्र्याने इतका अपहार केला', 'मोठ्या अधिकारपदावरील वरिष्ठ पुरुषांनी इतका-तितका भ्रष्टाचार केला'.

याचा विचार करताना जाणवते, की हे भ्रष्टवर्तनी पुरुषसुद्धा लपूनछपून तेच करत आहेत, जे त्या स्त्रिया राजरोसपणे पोटासाठी करतात. शरीर-मनावर माणसाचा संपूर्ण मालकीहक्क असतो. शरीर जैविक कामकाजाचे साधन आहे; तर त्या कामकाजावर मन नियंत्रण ठेवते. या नियंत्रणानुसार, मनुष्याचे दयाळू, दिलदार, सज्जन, दुर्जन, खुनशी, भ्रष्टाचारी असे प्रकार पडतात. परिस्थितीच्या संस्कारानुसार व्यक्ती घडते. मनाच्या - विचारांच्या प्रभावानुसार शरीराचे वर्तन चालते.

मोठ्या पदावरच्या पुरुषांना आपल्या पदाचा तितकाच गर्व असतो जितका मनाला आपल्या शरीराचा! उदरनिर्वाहाकरिता शरीरविक्रय करणाऱ्या स्त्रिया आणि अनैतिक मार्गाने पैसा कमावणारे पुरुष हे दोघेही एकच व्यवसाय करत असतात. नामभिन्नता असली तरी वर्तन एकच आहे. नाइलाजाने शरीरविक्रय करून पोट भरणाऱ्या स्त्रिया परिस्थितीचा बळी असतात. जाणूनबुजून स्वतःच्या पदाचा विक्रय करणारे पुरुष हे गुन्हेगारच मानले पाहिजेत. जे पद मिळवण्यासाठी तुम्ही मन-बुद्धी-शरीराचा वापर केला, ते पद म्हणजे तुमच्या व्यक्तिमत्त्वाची साक्ष असते. ज्या अधिकारपदाने तुमचे शरीर एखाद्या खुर्चीवर बसते त्या पदाचा विक्रय करून संपदा जमा करणे, म्हणजे त्या पदावर बसलेले शरीर विकणेच असते.

कार्यक्रमाला पाहुणे म्हणून जाताना एखादा अधिकारी विशिष्ट पदाने विभूषित शरीरच घेऊन जातो. त्याचे प्रतिनिधित्व करण्यासाठी त्याची खुर्ची पाठवली जात नाही. म्हणजे पदधारी शरीर किंवा शरीरधारी पद आहे, याचा गैरवापर करून एखादा पुरुष काही कमाई करतो तेदेखील वेश्यापणच मानले गेले पाहिजे.

स्वतःच्या पदाविषयी ज्याला सन्मान वाटत नाही तो धन-संपत्ती कमावण्यासाठी आपल्या पदाचा कुठल्याही थरापर्यंत जाऊन गैरवापर करतो, तो प्रत्येक पुरुष हा वेश्याच समजला गेला पाहिजे. पदविक्रय हे शरीरविक्रयापेक्षाही खालच्या पातळीवरचे उत्पन्नसाधन मानले गेले पाहिजे; कारण मनुष्याला मिळालेला देह हा निसर्गदत्त असतो. परंतु पद हे अत्यंत मेहनतीने कमावलेले असते. सहजप्राप्त गोष्टींपेक्षा मेहनतीने कमावलेल्या पदाचे मोल फार मोठे असले पाहिजे.

मॅस्लोच्या वर्चस्वश्रेणीनुसार, पद प्राप्त झालेला मनुष्य हा सुरक्षिततेची पायरी ओलांडून आत्मसन्मानाच्या पायरीवर जाऊन पोहोचलेला असतो. अशा उच्च पातळीवर गेलेला पुरुष पदविक्रय करतो तेव्हा तो पुन्हा एकदा नीच पातळीवर पोहोचलेला असतो.

•••

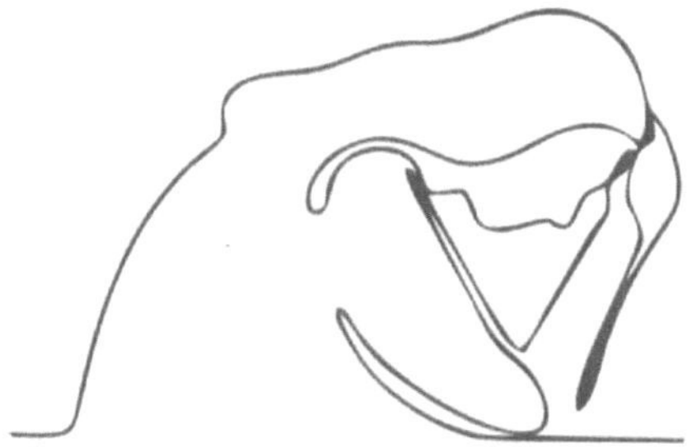

सासू-सुनेचे नाते

कोरोनाच्या साथीत परिचयातले एक गृहस्थ कोरोनाने तडकाफडकी गेले. परिस्थिती बेताची... घरात खाणारी तोंडं जास्त... कोरोना झाला आहे हे कळूनसुद्धा अंगावर काढत राहिले. कामं करत राहिले. त्यांच्यासोबतच त्यांच्या वयोवृद्ध आईलाही कोरोना झाला होता. खासगी दवाखान्यातील प्राथमिक उपचारांनंतर दोघांनाही सरकारी दवाखान्यात भरती केलं गेलं. कोरोना झाल्याचं लक्षात आलं होतं; पण त्यांच्या गावातलं कीट संपल्यामुळे त्यांचं परीक्षण वेळेवर होऊ शकलं नव्हतं. भरती केल्यानंतर पाचव्या दिवशी त्यांच्या आई गेल्या आणि आठव्या दिवशी त्यांचा मृत्यू झाला. अशी कितीतरी माणसं असतील जी पैसा नसल्यामुळे किंवा वेळेवर उपचार न मिळाल्यामुळे गेली.

कितीतरी दिवस त्यांच्या पत्नीला फोन करायची हिंमत होत नव्हती. आजूबाजूच्या लोकांकडे चौकशी करत राहिलो. होईल तितकी मदत केली. काही दिवस उलटल्यानंतर एके दिवशी धाडस करून त्यांच्या घरी फोन लावला. त्या ताई बऱ्यापैकी सावरल्या होत्या. सगळं व्यवस्थित सांगण्याचा प्रयत्न करत होत्या. मी त्यांना मन मोकळं करू देत होते. एका घरानं चार दिवसांच्या अंतराने दोन मृत्यू झेलले होते.

बोलता-बोलता नकळत मी त्यांच्या सासूबाईंबद्दल बोलून गेले... आणि इतका वेळ शांतपणे बोलणाऱ्या त्या बाई एकदम संतापल्या. ओल्या जखमेवरची खपली खरवडल्यासारख्या बोलू लागल्या.

''वयाच्या सोळाव्या वर्षी लग्न होऊन मी सासरी आले. घरात सासू, नणंद आणि नवरा. माझ्या नवऱ्याला माझ्या भावाने पसंत केलं होतं. हप्ता बाजारात दोघं भेटत होते. मुलगा अगदी निर्व्यसनी आणि चांगला शिकलेला आहे, म्हणून माझ्या माहेरच्या लोकांनी आनंदाने सोयरीक केली होती. लग्न होऊन आल्या दिवसापासून नणंदेने आणि सासूने मला कधीच बरं पाहिलं नाही....''

भडकत्या जाळावर भसाभस दूध उतू जावं तशा ताई बोलत होत्या. त्यांची कर्मकहाणी सांगत होत्या. ऐकून अंगावर काटा उभा राहत होता. आपल्या परिचयातल्या माणसांच्या हसऱ्या चेहऱ्यामागे किती दु:खं कोंडलेली असतात... आपल्याला कधी जाणीवही होत नाही. त्यांनी त्यांच्या पूर्वायुष्यात काय भोगलं आहे याची आपल्याला काहीच कल्पना नसते. त्यांच्या वरवरच्या वागण्या-बोलण्यावरून आपण त्यांना सुखी समजत राहतो.

ताईंच्या सासूने आणि नणंदेने त्यांचा असुरी छळ केला होता : गरोदरपणात उपाशी ठेवणे, लवकर जेवली म्हणून ताडताड बोलणे, अद्वातद्वा शिवीगाळ करणे, कामात खोड्या काढणे, नवऱ्याला चुगल्या सांगून मार बसवणे, माहेरच्यांना घालूनपाडून बोलणे.

नवरा गरीब स्वभावाचा होता. तो एकांतात बायकोवर जिवापाड प्रेम करायचा, पण आई आणि बहिणीला समोरासमोर बोलायची त्याच्यात अजिबात हिंमत नव्हती. ताईंनी आयुष्यभर तोंड दाबून बुक्क्यांचा मार सहन केला होता. दोन मुलांच्या जन्मानंतर ताई या सगळ्याला इतक्या विटल्या, की त्यांना आईच्या माघारी गोडगोड बोलून आईसमोर मांजर होणाऱ्या नवऱ्याची किळस यायला लागली. त्यांनी नवऱ्याशी शरीरसंबंध बंद करून टाकले. त्याने कितीही गयावया केली तरी त्याला अंगाला स्पर्शही करू दिला नाही. तेव्हा त्यांचं वय होतं फक्त पंचवीस वर्षं!

कजाग सासू आणि कृतिषंढ नवऱ्यासोबत मन दगडाचं करून त्या नांदत राहिल्या. प्रेम, नातं, जिव्हाळा आटून गेलेली ती बाई फक्त आणि फक्त दोन मुलांच्या तोंडाकडे पाहून संसार झेलत राहिली होती. त्यांच्या बोलण्यातून त्यांची दु:ख झऱ्याच्या उपळासारखी फुटून उसळत होती. मी डोळे बंद करून ऐकत होते. माझ्या डोळ्यांतून पाण्याचे ओघळ वाहत होते. त्या मात्र आटलेल्या नदीतल्या

दगडासारख्या कोरड्या ठण्ण शब्दांत बोलत होत्या.

''लग्न झाल्या दिवसापासून मरेपर्यंत एकही दिवस मी माझ्या नवऱ्याला निवांत भोगू शकले नाही. सतत म्हातारीच्या पाळतीत राहिले. नवऱ्याशी हसा-बोलायची चोरी... सोबत जेवायची चोरी... फिरायची चोरी... आवडीची वस्तू करून घालायची चोरी. रानात गेलं तरी भीती वाटायची. आजूबाजूच्या बायकांनी काही सांगितलं तर म्हातारी गोंधळ घालंल म्हणून भीती वाटायची. जिवंत असेपर्यंत माझा नवरा कधी माझा होऊ दिला नाही आणि मरतानाही त्याला सोबत घेऊन गेली. तिच्या माघारी नवऱ्याचं साधं तोंडही पाहता आलं नाही. ती मेल्यावर तरी आम्ही सुखाने राहू म्हणून मन मारलं... पण जाताना माझा नवरासुद्धा घेऊन गेली ओ....''

ताईंचं दुःख ऐकून मन विषण्ण झालं. शहरातही, सुशिक्षित घरातही सासू-सुनांची थोडीफार कुरबूर सुरूच असते. परंतु ग्रामीण भागातलं वास्तव किती भयावह आहे याची कल्पना आली. शिकल्या-सवरल्या पुरुषाला आई आणि पत्नीच्या संबंधातला मेळ का घालता येत नसावा... शिक्षण कमी पडतं की संस्कार? जी आई कधीकाळी स्वतःही एक सून म्हणून त्या घरात आलेली असते तिला नव्या सुनेच्या भावना कळू नयेत का? सासू-सुनांची नाती इतकी कुजलेली असतील तर ती सांभाळण्यात तरी काय हशील आहे?

•••

चंद्रीची खरूज

खेड्यापाड्यावर पाण्याच्या दुर्भिक्षामुळे स्वच्छतेअभावी अनेकांना खरूज हा त्वचाविकार होत असतो. अशा वेळी आमच्या शाळेतले शिक्षक खरूज, सर्दी-खोकला, ताप किंवा इतर काही संसर्गजन्य आजार झालेल्या मुलांना मागच्या रांगेत किंवा इतर मुलांपासून दूर बसवत असत. समंजस पालक आपल्या मुलांना असा काही आजार झाला तर शाळेत पाठवत नसत. ज्यांच्याकडे पैसा असे ते मुलांना दवाखान्यात घेऊन जात. गरीब पालकांना महागडी औषधं परवडत नसल्याने ते आपल्या मुलांना झाडपाल्याची औषधं देत.

एकदा वर्गातल्या चंद्रकला नावाच्या मुलीला खरूज झाली. वर्गशिक्षिकेने तिला मागं जाऊन बसायला सांगितलं. ती माझ्या बाजूच्या रांगेत बसत असे. चंद्री माझी आवडती मैत्रीण होती. तिचं अक्षर मोत्यासारखं सुंदर होतं. मला ती खूप आवडायची. मला तिच्याशिवाय अजिबात करमत नसे. ती वर्गात काय करत आहे हे मी मागं वळून-वळून पाहत राही.

मी तिला दवाखान्यात जाऊन खरजेचं औषध आणायला सांगितलं. ती म्हणाली, 'दवाखान्यात जायला आमच्याकडे पैसे नाहीत. माझे वडील तुझ्या वडिलांसारखे नोकरीवर जात नाहीत.' मला फार वाईट वाटलं.

रोज संध्याकाळी मी तिच्या घरी खेळायला जात असे. त्यांच्या परसात लहान-लहान, लालभडक टोमॅटोची छोटी-छोटी झाडं होती. ती मला त्यातले छान-छान पिकलेले टोमॅटो तोडून खायला द्यायची. मला त्या आंबट-गोड टोमॅटोची चव फार

आवडायची. चंद्रीला खरूज झाल्यामुळे आई मला तिच्याशी खेळू देत नव्हती. माझी मोठी पंचाईत झाली होती. चंद्रीप्रमाणेच शोभा नावाचीही एक मैत्रीण होती. चंद्रीच्या घरावरूनच तिच्याकडे जावं लागे. चंद्रीला वाईट वाटलं असतं म्हणून मी शोभीकडे जात नव्हते. एरवी मी, चंद्री आणि शोभी एकत्र मिळूनसुद्धा काहीबाही खेळायचो. परंतु चंद्रीला सोडून किंवा खरं म्हणजे टाळून जाणं मला जमलं नाही.

चंद्री गरीब असली तरी हुशार होती. वेळच्यावेळी अभ्यास पूर्ण करायची. माझ्याशी ज्ञानी मनुष्याप्रमाणे गप्पा मारायची. इंग्रजांनी भारतावर केलेल्या अत्याचारांचा माझ्याप्रमाणेच चंद्रीलासुद्धा भयंकर राग यायचा. वर्गात जालियनवाला बाग हत्याकांड शिकवल्यानंतर चंद्री मला म्हणाली होती, 'या सगळ्या इंग्रजांना मी एके दिवशी हाकलून देणारे बघ!' आता अशी पक्की देशभक्त मैत्रीण सोडून शोभीकडे जाणं मला शोभलं असतं का?

खेळायला कुणी नसल्यामुळे मी कंटाळून गेले. निरमा पावडरीने हात धुतल्याने खरूज बरी होते असं कळल्यामुळे मी एका कागदाच्या पुडीत दोन मुठी निरमा तिला नेऊन दिला. पण तिची खरूज काही जाईना. मग एके दिवशी शाळेच्या हेडमास्तरीण बाईंनी चंद्रीला खानाकडून खरजीचं औषध आणायला सांगितलं. हा खान म्हणजे आमच्या गावातला फटाकेवाला. त्या काळी आम्हांला फटाके कसे तयार करतात याचं फार कुतूहल वाटत होते. खानाकडे जाताना मला सोबत न्यायची मी तिला गळ घातली. ती एका पायावर तयार झाली. दुपारी शाळा सुटल्यानंतर ती घरी गेली. जेवण केलं आणि एक पितळेची वाटी आणि खिशात पाच रुपये घेऊन आमच्या घरी आली.

आम्ही दोघी रमतगमत खानाच्या घरी गेलो. खानाने वाटीत खोबरेल तेलात कसली तरी उग्र वासाची पिवळी पूड टाकून ते मिश्रण चांगले घोटले. खोबरेलाचा आणि त्या पावडरीचा तीव्र दरवळ सगळीकडे पसरला. हे औषध दिवसातून 'दो बार' सकाळी आणि रात्री झोपताना लावायला सांगितलं. आणि काय आश्चर्य! पुढच्या दोन-चार दिवसांत चंद्रीची खरूज चांगली बरी झाली. पुढे एकदा आईने सांगितलं, की ती पिवळी पूड म्हणजे गंधक पावडर होती. शुद्ध गंधक तीव्र जंतुनाशक असतो. खानाकडे स्फोटकांचा परवाना होता, कारण त्याचा फटाक्याचा कारखाना होता. गंधक हे स्फोटक आहे. तर स्फोटक मानल्या गेलेल्या गंधकाचा असा सकारात्मक उपयोग मला चंद्रीमुळे समजला.

•••

आनंददायी शिक्षण

मुलांना शिकवण्याची, अभ्यास करून घेण्याची वेगवेगळी तंत्रं असतात, ती आत्मसात करून अध्ययन आणि अध्यापन या दोन्ही क्रिया कशा आनंददायी होऊ शकतात, ते शिकवणाऱ्या शिक्षिकेविषयीचा हा लेख.

'मॅडम, मुलं गृहपाठच करत नाहीत. मराठी विषय त्यांना अजिबात आवडत नाही,' अशी तक्रार घेऊन मी शाळेच्या मुख्याध्यापिकेकडे गेले. मॅडमनी मी दिलेले गृहपाठ पाहिले. एका वाक्यात उत्तरे, गाळलेल्या जागा, जोड्या जुळवा, सर्वनामे ओळखा, क्रियापदे अधोरेखित करा, इत्यादी इत्यादी.

''ठीक आहे. आता मी तुला गृहपाठ देण्याच्या काही नवीन पद्धती सांगते.'' मग त्यांनी असे गृहपाठ बनवले.

१. मराठी वृत्तपत्रातील पहिल्या पानावरची कुठलीही एक बातमी कापून वहीत चिकटवा. त्या बातमीतल्या सर्व क्रियापदांना हिरव्या पेनाने अधोरेखित करा.
२. सर्वनामे असलेली दहा मराठी नाटकांची आणि सिनेमांची नावे शोधून लिहा. उदाहरणार्थ, 'तो मी नव्हेच'. त्यातील सर्वनामांना गोल करा.
३. दहा मराठी गाणी शोधून त्यांची एकेक ओळ लिहा. त्यातील नामे ओळखा व निळ्या पेनाने अधोरेखित करा.

त्यानंतर जवळपास सर्व मुले आनंदाने गृहपाठ करू लागली. एकतर त्यांचा

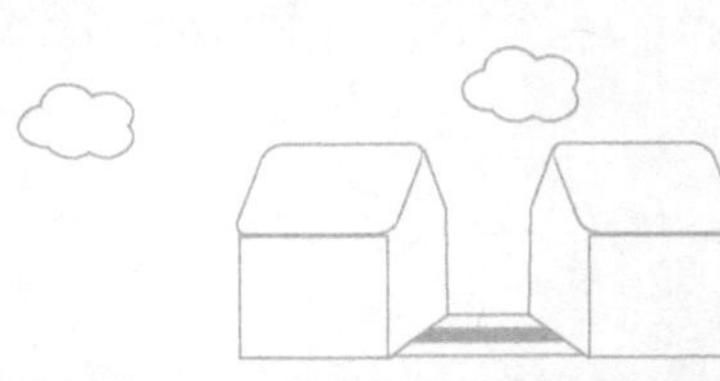

लिहिण्याचा त्रास वाचला होता. फक्त वेगवेगळ्या रंगांनी शब्द अधोरेखित करायचे होते; जे भारंभार लिखाणापेक्षा त्यांना सोपे वाटले. मग हीच युक्ती हिंदी या विषयासाठीसुद्धा अमलात आणली गेली. या उद्योगातून मुले वृत्तपत्रे उघडून वाचू लागली. आपापल्या आईबाबांना जुनी मराठी-हिंदी गाणी विचारू लागली. आपापसांत मराठी-हिंदी वृत्तपत्रांच्या कात्रणांची देवघेव सुरू झाली. यात एका मुलाने एकाच ओळीत पाच सर्वनामे शोधून काढली होती. ते गाणं होतं किशोर कुमारने गायलेलं... 'मैने देखा, तूने देखा, इसने देखा, उसने देखा, सबने देखा... क्या देखा...'

यानंतर आम्ही विशेषण, क्रियाविशेषण, शब्दयोगी अव्यय अशा सर्व शब्दांच्या जाती अशाच शिकवल्या. लहान मुलांच्या बोल्ड टाइपातल्या पुस्तकांमधून पानांच्या झेरॉक्स काढणे आणि रंगीत पेनांनी एकेक प्रकाराला अधोरेखित करणे.

विज्ञानाचा 'पाणी' हा धडा शिकवताना मॅडमनी मुलांना घरून येताना साबण, मळके मोजे आणि रुमाल आणायला सांगितले. शाळेच्या मागील नळावर सर्वांनी आपापले मोजे धुतले आणि कुंपणाच्या तारांवर वाळायला टाकले. आता पाणी काय काम करते? पाण्याचे उपयोग? पाण्यात साबण विरघळतो म्हणून ते उत्तम द्रावक आहे. मग ओले कपडे वाळायला घातल्यानंतर त्यातले पाणी कुठे जाते? अशा अनेक गोष्टींची चर्चा करत हा पाच पानी धडा दोन तासांत उत्तम रीतीने संपला. वर्गात बसून फळ्यावर शिकताना इतकी मजाही आली नसती आणि एवढं शेअरिंगही झालं नसतं.

एकदा मॅडम घरून शाळेत यायला निघाल्या आणि रस्त्यात त्यांना उंटवाले दिसले. दोन तासांसाठी त्यांनी उंटवाल्यांना शाळेत आणले. उंट कसा दिसतो? तो उंच झाडांचा पाला कसा खातो? उंटाची 'मदार' कोठे असते? त्याला वाळवंटातील जहाज का म्हणतात? तो पोटात पाणी साठवून ठेवतो, ओझी वाहतो, या सर्व गोष्टी सर्व शाळेला त्या दोन तासांत एका दमाने शिकायला (अनुभवायला) मिळाल्या.

इतिहासात मनुष्य चाकावर मातीची भांडी बनवायला लागला, हा महत्त्वाचा शोध होता. शाळेच्या मैदानात प्रत्यक्ष कुंभार आपल्या चाकासकट आणून त्यांनी वेगवेगळ्या आकाराची भांडी त्याला बनवायला लावली. कार्यानुभवाचे मार्क देण्यासाठी मुलांना प्रत्यक्ष काम करावे लागे. आपापल्या घराजवळच्या देवळांमधून

फेकलेले निर्माल्य आणि नारळाच्या शेंड्या जमा करून शाळेत आणाव्या लागत. शाळेच्या मागे कंपोस्ट खताच्या खड्ड्यात हे धन टाकले जाई.

शाळेचे स्नेहसंमेलन म्हणजे तर अविस्मरणीय सोहळा असे! चौदा वर्षांत एकदाही मॅडमनी बाहेरून विकत आणलेल्या सिनेमांच्या गाण्यांच्या ऑडिओ कॅसेट अथवा सीडीज वाजवू दिल्या नाहीत. पाठ्यपुस्तकातील नाटकं अथवा गाणी उत्तम चाली लावून शाळेतल्या मुलांनीच बसवायची, हा नियम होता. संपूर्ण भारतातील वेगवेगळ्या भाषांमधील लोकगीते, देशभक्तिपर गीते जमवली जात. वेगवेगळी लोकनृत्ये बसवली जात.

गाजलेल्या मराठी गाण्यांचे संस्कृत अनुवाद मूळ गाण्याच्या चालीवर गायले जात. 'झुक-झुक-झुक-झुक आगीनगाडी...' या संपूर्ण गाण्याचा संस्कृत अनुवाद डॉ. प्रभा मुळे यांनी केला होता.

'झुक-झुक-झुक-झुक-अग्नीरथयोऽ
धूमशलाका गगने मुञ्चाती,
धावत वृक्षान् पच्श्येमम, पच्श्येमम...
मातुलग्रामम् गच्छेमम्, गच्छेमम...
मातुलग्रामम् गच्छेमम.

हे गाणे साऱ्या शाळेचे तोंडपाठ झाले होते. एकदा १५ ऑगस्टला राखीपौर्णिमा आली होती. मग नारळी पुनवेचे गाणे आले. कोळी बांधव आले. ज्या मुलांना नाचता येत नाही त्यांनी हातात पुठ्ठ्याचे नारळ आणि मासे घेऊन नाचाच्या आजूबाजूला उभे राहायचे होते. कारण वर्गातल्या सगळ्या मुलांनी कार्यक्रमात सहभागी झालेच पाहिजे, हा दंडक मॅडमनी घालून दिला होता. आपल्याला कधीच स्टेजवर जाता आले नाही, हा न्यूनगंड मुलांच्या मनात राहू नये, याची त्या काळजी घेत.

आपली संस्कृती ही कागदोपत्री शिकवायची गोष्ट नाही. ती जगता आली पाहिजे, असा मॅडमचा प्रयत्न असे. एड्सग्रस्त मुलांसाठी पोस्टकार्डावर शुभेच्छापत्रे तयार करून पोस्टात नेऊन टाकणे, हा कार्यानुभवाचा उपक्रम होता. अंध मुलांच्या शाळेत जाऊन त्यांच्यासोबत क्रिकेट खेळणे, त्यांच्याशी गप्पा मारणे हा उपक्रम होता.

दिवाळीच्या सुट्टीला जाण्यापूर्वी सर्व मुलांना घरून भेटवस्तू आणायला

लावल्या जात. यामध्ये साबण, रुमाल, कंगवा, शांपूची पाकिटे अशा वस्तू असत. या सर्व वस्तू खोक्यात भरून मूक-बधिर मुलांकरिता भेट पाठवली जाई. एचआयव्हीबाधित मुलांची माहिती घेण्याकरिता संपूर्ण शाळा एसटी बसने स्नेहालयात जाऊन येई. हे सर्व घटक समाजाचा अविभाज्य भाग आहेत, त्यांना आनंदात सहभागी करून घेणे हे आपले कर्तव्य आहे, ही गोष्ट भाषणात सांगून काही फरक पडत नाही, हे त्यांना निश्चित माहीत होते.

'तोत्तोचान' हे पुस्तक त्यांनी मला आवर्जून वाचायला लावले. ती शिक्षकांची भगवद्गीता आहे, असे त्यांना वाटायचे. शाळेच्या स्नेहसंमेलनातून संस्कृतीचे दर्शन घडले पाहिजे, चित्रपटांची गाणी कधीही वाजता कामा नयेत, हा त्यांचा दंडक होता. शब्दांचा अर्थ न कळता लहानशा वयात कामुक अंगविक्षेप करणे कितपत योग्य आहे? असे विचार देऊन आम्हांला समृद्ध करणाऱ्या या मॅडम म्हणजे कुंदा विजय हळबे.

आपली स्वत:ची विशिष्ट शैली आणि दृष्टिकोन वापरून शाळेसाठी तन-मन-धनाने आयुष्य वेचणाऱ्या आमच्या मॅडम! विषयाचे वार्षिक नियोजन करताना किती महिन्याला किती धडे आणि किती कविता संपवायच्या, याला महत्त्व नाही; तर तो विषय शिकवण्यामागची उद्दिष्टे आम्ही नियोजनाच्या पहिल्या पानावर हाताने लिहायचो. विषयाचे उद्दिष्ट साध्य होत नसेल तर पाठ्यपुस्तकाला काहीच महत्त्व नाही, हे त्यांनी आम्हांला शिकवले.

आपल्या आजूबाजूला स्वत:च्या कामाचा कुठलाही गाजावाजा न करता आत्यंतिक तळमळीने काम करणारी काही माणसे असतात. त्यांच्या सहवासाच्या परीसस्पर्शाने आपल्याही जीवनाचे सोने होते. त्यांच्याकडून प्रेरणा घेऊन आपलीही वाटचाल त्यांनी घालून दिलेल्या मार्गावर करणे, ही त्यांच्या कष्टाला दिलेली पोचपावती आहे.

शांतपणे सेवानिवृत्तीचे आयुष्य जगणाऱ्या आमच्या लाडक्या हळबे मॅडमना आमच्या 'हळबियन' गटाकडून मानाचा सलाम!

•••

माहेर

अंगणात पापड लाटत बसलेल्या सासूकडे सारिका एकटक बघत व्हती. चार दिवस झाले तारामावशी मुकी-मुकी राहत होती. मागच्या हप्त्यात माहेराला जाऊन आली तवापासून कुणाशी काही बोलत नव्हती. उदास दिसत होती. आपल्या सासूचं सुकल्यालं तोंड बघून सारिकाला लै वाईट वाटत व्हतं. टपाटप बॉल आपटत वसरीवर खेळणाऱ्या संत्याला ती म्हनली, ''संतू, जाय बरं बा! आजीले म्हना चाय पिती का कपकभर.''

''आज्जे, मम्मी इचाराय लागली तुला चाय पिती का मनून. च्याय पायजे काय तुला?'' संत्या वसरीवरूनच आरडला.

''ठेव मना तिले... तिले प्यायचा अशीन तं माझा बी ठूय जो.''

मान वर न करता तारामावशीने सांगितलं. सारिका चहा ठेवायसाठी सैपाकघरात गेली. दुधात च्यायपत्ती टाकता-टाकता मनात इचार करू लागली... आपल्या सासूला आसं काय झालं की कुनाशी नीट बोलना... तिच्या माहेरी जाऊन आली तिथं काई झालं का काय; काई कळंना. चा उकळायला ठिवून ठंड्या पान्याचा लोटा घिऊन ती दारी आली. झाडाखाली पापड लाटत बसल्याल्या सासूपुढे पानी ठिवलं न म्हनली, ''बास झालं की आता! दुपारधरनं लाटायल्यात. कंबर धरंल अशानं. द्या ठिवून ते. मी न्हाऊन घीन उद्या... मग करीन उरल्यालं.''

''झालं... थोडंच रायल्यात आता. करूनच घिते एवडं.'' असं म्हनून सासूने परत डब्यातली लाटी काढली अन् सरशी करून लाटाय लागली. पान्याचा गडवा

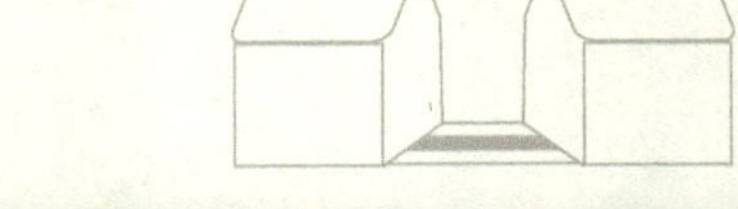

उचलून सारिका घरात गेली. दोन कप चहा घिवून बाह्यर आली. एक कप सासूपुढे ठेवला न् तिथंच बाजूला बसली.

''च्याय पिवून घ्या बरं आंदी. ठंडा हुईन मंग.'' असं म्हनून सारिकाने स्वत:चा कप तोंडाला लावला. तारामावशीनेपन हातातला पापड लुगड्यावर टाकला अन् कप तोंडाला लावला.

''चांगला झाला काय च्या? आद्रक टाकलं मिनं चांगलं ठेसून.''

''होव, चांगला झाला.'' म्हनून तारामावशीने कप खाली ठिवला, आनी परत डब्यातली लाटी बाहेर काढली.

''सुपारी देती आनून तुमाले.''

कायतरी बोलायचं म्हनून सारिका बोलली. पण एरवी सतत तोंड चालू ठिवनारी सासू काई बोलती व्हईना. सारिकाने मुकाट्याने कपं उचलले. घरात न्हिऊन धुवून ठिवले. पुन्हा बाहेर यिऊन पायरीवर बसली.

पापडाचा उंडा भिजावला आन् पाळी आली. मंग तीन दिसापासून सारे पापड तारामावशी एकलीच लाटत व्हती.

''राच्चं काय करू भाजीला? वांगं करू का मुंगोड्या करू, व्हय?''

''कर कायबी. संतूला दूद दिलं का?''

''हाव, दिलं दूद.''

बराच वेळ सारिका मुकाट्याने सासूकडे पाहत बसली. मंग उठली घरात जाऊन कांदा कापला, बेसन काढलं. भराभरा जवारीच्या भाकऱ्या टाकल्या. सासूच्या आवडीचं चिवईचं बेसन केलं. कैरीच्या फोडी कापल्या. तेवढ्यात संध्याकाळ झाली. अंगनातला पापडाचा पसारा उचलून तारामावशी घरात आली. न्हानीत जाऊन तोंडावर पानी मारलं.

''आत्या वं, कयरीचं पनं दिवू का उलीसं?''

''नग, आता बापू आला की जेवनच करू.''

रातचे जेवनं झालं. चिवईचं बेसन आवडीचं आसूनबी तारामावशीने फकस्त आर्दीच भाकर खाल्ली. सारिकाने भांडे घासले. पसारा जाग्यावर लावला. सगळं काम उराकल्यावर फल्टीवरची बांबीची डब्बी घिऊन ती बाहेर आली. तारामावशी बाजावर आंग टाकून गपचीप पडली व्हती.

''जेवन काऊन पुरतं केलं नाही? बरं वाटत न्हाय काय?''

''न्हाई न्हाई, बरं हाय मला. भूक न्हवती जास्ती.''

''तिकडं तोंड करा... कमरीला बाम लाऊन देते. दिसभर आंग न्हाय टाकलं की त्या पापडापायी. पानी गरम करू काय शेकाले?''

''नग... ऱ्हाऊ दे.''

''माजं काय चुकलं काय, आत्या?''

''न्हाई बा!''

''मंग आल्या दिसापसून काई बोलत न्हाई, सांगत न्हाई, काऊन जीव दुकतो तेबी सांगत न्हाई. तुमीनं सांगलं नाई तं आमाले कसं समजीन काय झालं तं. इतकं आता गप ऱ्हाऊ रायल्या तं काई तं झालंच आशीन ना तठी?''

सासूच्या पाठीवर बाम चोळता-चोळता सारिका बोलू लागली.

''चाला न्हाई तं उद्या दावखान्याले... बरं वाटत नशीन तं. तुमाले आवडीचं म्हनून चिवईचं बेसन केलं बा मिनं. तेबी न्हाई खाल्लं पुरतं. आता करू तं काय करू बा मी?''

सुनेचा मऊसार हात कंबरावरून फिरत व्हता. जराकच्यानं तिनं कपाळालेपन बाम लावून दिला.

''बास झालं आता. बरं वाटतंय आता मले.''

तारामावशीला नसा मोकळ्या झाल्यासारकं वाटू लागलं. कुशीवर वळून ती म्हनली, ''काई नाई झालं वो बहीन मले. चांगली हाय ना मी. पन तू कायले इतकी कायजी करतं मायवाली?''

''बापा, मी नाई तं कोन करीन वं कायजी तुमच्यावाली? दुसरी सूनवायरी हाय का कुनी तुमाले माश्शिवाय?''

''माहेरी गेल्यावर कुनीच इचारत नाई बयना पयल्यासारके, ल्हान्याच्या पोरीची सोयरीक व्हती, पन मले बोलावलं का सदाशिवानं? आता गेले तरी कुनी काई सांगतलं नाई. गल्लीतल्या बायानं सांगलं तवा कयालं मले. पाटचा भाऊ हाय तं भयनीले इचारायला पायजे व्हतं की नाई सांग! लोकाईकडून कयल्यावर काय वाटलं अशीन माया जिवाले?'' माहेरी घडलेली कानी सासूच्या तोंडातनं बाह्येर पडली.

''आत्या, तुमचे भाऊ जास्तीचे शिकून हाये. नौकरीवाले हायेत. त्याईले आपल्यापसून जास्त समजते ना. ते कायले आपल्याले इचारतीन जी?... सांगा बरं? त्याईचं त्याईले करा लागते ना, आपन कशाले आशा ठेवावं ते इचारीन मनून?''

''लेकीचं लगन बी ठरलं तं भयनीले सांगू नई का? मले खुशी नाई हुईन का भाशीच्या लगनाची? मी इतली परकी झाले वं त्याले... माहेराचा आदार असतो बाईले. पन मायबापं गेल्यावर कोनी इचारत नाई बयना!''

''एवडीशी गोष्ट होय, आत्या. मले वाटे कायच झालं.''

''एवडीशी गोठ हाय का वं हे?''

''आत्या, एक बोलू का? तुमी तुमचं माह्येर सोडून येळगावला नांदाय आल्या. मी बी माहं माह्येर सोडून हितं येळगावला आले. तुमी मला इतला जीव लावला तं मला आता हेच माज्यावालं माहेर वाटतं. माहेरी गेलं तरी मले तुमच्याशिवे करमत नै. आनी तसा बी माहेरी कुनाला येळ नसतो आता आपल्याकडे लक्ष दियाला. माजा भाऊ तरी कुठे मले इचारते? माह्येरी आपन चार दिसाच्या पाव्हन्या आता. तिकडं गेलं तरी आर्दा जीव हिकडंच रायते. तुमचं न् माझं माहेर येगळं-येगळं नै राह्यलं आता. हितं तुमी माजी कायजी घेता. माजं दुकनं-खुपनं पायता. मी तुमची कायजी घेते. तुमचं दुकनं-खुपनं पायते. मंग आता हेच आपलं माहेर कं नाही?''

आपल्या सुनाचं बोलनं आयकून तारामावशी एकदम इचारात पडली... ''हौ बयना, खरीच गोठ हाय तुही. हेच आपलं माह्येर हाय आता. सुखाची भाकर आन् सुखाची सावली! माह्येरी कोनी नका का इचाराना, आपल्या गावात तं आपली ठाकुरकी चालती ना. मंग बास झालं. आजून काय पायजे?'' सासूचा खुलल्याला सूर आयकून सारिकाचं मन भरून आलं. बोटावर उरल्याला बांबीचा हात ती स्वत:च्या कपाळावर फिरवत बसली.

''जाय झोप आता. उंद्या न्हाऊन घे. मंग कुल्ड्याचे घऊ भिजू घालतो आन् शेवळ्याचे बी वलवून घिऊ लग्गे.'' सासूचा हारिक बगून सारिकाला खुशी झाली. मंग हाळूच्यानं सासूच्या आंगावरली वाकळ सारखी करून तिनं संत्याचा खाली पडलेला बॉल वरतं उचलून ठिवला.

•••

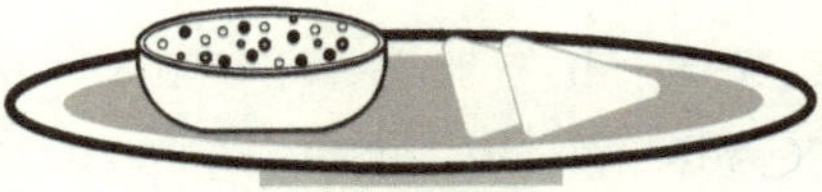

मी, उसळ-पोळी आणि रामकाका

स्मार्टफोन घेतल्यानंतर लवकरच फेसबुक वापरणं सुरू केलं होतं. माझा मुलगा बोधी पहिल्या वर्गात होता. रोज सकाळी त्याचा टिफीन तयार झाला की मी जेवणाचा फोटो काढायची. घराभोवती फिरणारी ढोरं, पक्षी, झाडंझुडपं, चंद्र-सूर्य यांचे फोटो काढून फेसबुकवर टाकण्याचा मला छंद जडला. जेवणाच्या फोटोसोबत मी पोषणमूल्यांची माहिती लिहायची... तीही इंग्लिशमध्ये. माझ्याकडे मराठी की-बोर्ड नव्हता. माझ्या पोस्ट पाहून बहुतेक प्राध्यापक, 'वहिनी, कधी यायचं जेवायला?' हाच प्रश्न विचारायचे.

वरण-भात-भाजी-पोळी-चिवडा-भाकरी-कढी-आमटी-लाडू-शिरा...

असले फोटो टाकून मी मैत्रवर्गाला बेजार केलं होतं.

एक देशमानेकाका होते. ते न चुकता माझ्या प्रत्येक पोस्टला लाइक व कमेंट करायचे. 'वा! वा!', 'झकास', 'अत्यंत पौष्टिक!' अशा त्यांच्या कमेंट असायच्या.

एके दिवशी त्यांनी लिहिलं, 'तुमचं लेखन इतकं सात्त्विक आहे तर तुमच्या हातचं अन्न किती सात्त्विक असेल! मला फार इच्छा झाली तुमच्या हातचं जेवायची.' ही कमेंट वाचून मी त्यांचं प्रोफाईल उघडून पाह्यलं. त्यावर एका वयोवृद्ध व्यक्तीचं छायाचित्र दिसलं. तो चेहरा मला फार करुण वाटला. 'आपण कुठे राहता?' असं विचारल्यानंतर त्यांनी साग्रसंगीत पत्ता कळवला.

एके दिवशी मी मोडाची उसळ आणि पोळ्या केल्या. घाईगडबडीत दोन पोळ्या जास्तच टाकल्या. दोन छोटे-छोटे टिफीन भरले. दोन पोळ्या आणि दुसऱ्या डब्यात

वरून कांदा-कोथिंबीर पसरलेली उसळ, वर लिंबाची फोड.

सकाळी बोधीच्या ऑटो-अंकलला विनंती करून मी मुलांच्या रिक्षातून वेदधारिणी मंदिरापर्यंत गेले. तिथून पुढे पत्ता विचारत-विचारत निघाले. बरेच दूर गेल्यानंतर एकदाची त्यांची कॉलनी सापडली. मग त्यांनी दिलेल्या खाणाखुणा शोधत-शोधत मी एका जुनाट घरासमोर येऊन थांबले.

जुने वाकडे झालेले लाकडी फाटक उघडून आत गेले. लहानमोठ्या झाडांच्या गराड्यात एक बसकं कौलारू घर होतं. आवाज दिल्यानंतर एक जवळपास पासष्ट-सत्तर वयाचे अपंग गृहस्थ काठी पकडून बाहेर आले. हाच चेहरा प्रोफाईलवर जरा बरा दिसत होता. तो जुना फोटो असावा. मी माझी ओळख करून दिली. आणलेला डबा काढला आणि 'गरमच खाऊन घ्या' अशी विनंती केली. त्यांनी आतल्या खोलीत जाऊन ताटली आणि वाटी आणली. डबा रिकामा केला.

मी फक्त दोन पोळ्या आणल्या होत्या. मला माझ्या मूर्खपणाची अतिशय लाज वाटू लागली. मी त्यांना खाण्याचा आग्रह केला; पण त्यांनी ताटली झाकून ठेवली. त्यांना मटकीची उसळ खूप आवडते असे त्यांनी सांगितले. त्यांना माझ्याशी खूप बोलायचे होते. त्यांचा मुलगा वणीला नोकरीला होता. सध्या तो टेंपररी जॉबवर होता. लवकरच पर्मनंट होणार आणि नंतर काकांना तिकडेच घेऊन जाणार होता. सध्या काका हाताने करून खात असावेत. अवघड प्रश्न विचारून त्यांना दु:खी करायची माझी इच्छा नव्हती.

घरात दुसरे कुणीही दिसले नाही. आवारात एका बाजूला खूप माती आणि कचरा लोटून ठेवला होता. घरात चैतन्याची कुठलीही निशाणी दिसत नव्हती. हॉलमध्ये (म्हणजे बैठकीची खोली) एक लोखंडी पलंग होता. त्याच्या चार पायात काकांनी चार विको वज्रदंतीच्या मोठ्या डब्या घातल्या होत्या. तशाही परिस्थितीत मला हसू आले. हे 'असं का केलंय' विचारल्यावर, 'पलंग हलवताना कोबा उकरू नये म्हणून कॉटला विकोचे नाल ठोकलेत' असे ते म्हणाले. मग इकडचेतिकडचे बोलून मी जायला निघाल्यावर 'नको-नको' म्हणत असताना पाय घासत ते मला गेटपर्यंत सोडवायला आले. निघे-निघेपर्यंत त्यांनी मला इतके आशीर्वाद दिले, की माझे डोळे भरून आले.

खरेतर त्यांची परिस्थिती पाहून मी गलबलले होते, खूप विषण्ण झाले होते.

पण त्यांच्या चेहऱ्यावर मला भेटून झालेला आनंद स्पष्ट दिसत होता. त्यांच्या कल्याणासाठी प्रार्थना करत-करत मी घरी आले.

पुढे माझी एक सहकारी विनिता तिकडे राहत असल्याचे मला समजले. तिच्या हाताने एक-दोन वेळा त्यांना खिचडी आणि झुणका-भाकरी पाठवून दिली. मग एक दिवस तिने आनंदाची बातमी दिली, की त्यांच्या मुलाची नोकरी पक्की झाली आणि तो त्यांना घेऊन वणीला गेला. मला त्यांना भेटता आले नाही. पण विनिता सांगत होती की, जाताना ते खूप खूश होते. विनिताजवळ त्यांनी माझ्यासाठी उदंड आशीर्वाद दिले होते. जोपर्यंत कुणी आशीर्वादाची ओंजळ रिती करत नाही तोपर्यंत आपल्या जगण्याची झोळी रितीच असते. मंगल कामनांचे ओझे किती सुखद आणि आश्वासक असते, ते झोळी भरल्यावरच समजते!

सोशल मीडिया संवेदनशीलतेने हाताळला तर आपण एकमेकांच्या जीवनात चार आनंदाचे क्षण नक्कीच फुलवू शकतो, याची जाणीव झाली. एका एकाकी जीवनात चार ओलाव्याचे क्षण, दोन सुखाचे घास देता आले तर याहून अधिक काय पाहिजे!

•••

हिंसकतेचा शोध

ऐन उन्हाळ्याचे दिवस. विदर्भ सणाणून तापलेला. डोक्यावर ओल्या कापडाच्या घड्या ठेवून आम्ही बाजेवर कुरडया घालत होतो. चीक शिजता-शिजता साडेनऊ होऊन गेले होते. दहानंतर ऊन आग ओतल्यासारखं चटकत होतं. सासूबाईंच्या हाताखाली करत मी सोऱ्या फिरवत होते. कुरडई गोल घालण्याचा प्रयत्न करत होते.

गावातलं लहानसं घर. घराला कुंपण नाही. ढोराढारांची भीती म्हणून लाकडी काठी हाताशीच ठेवली होती. मी घरात नवी... सगळ्यांत धाकटी सून. आज माझी सत्त्वपरीक्षाच होती. पहाटेच अंघोळ करून मी लगबग करत होते. सासूबाई पंचक्रोशीत कडक म्हणून नावाजलेल्या. अकरा वाजेपर्यंत ऊन डोळ्यांत घुसले. सावलीला पळावं वाटायला लागलं. पण पायलीच्या कुरडयाचा चीक सरतच नव्हता. पहिली बाज भरल्यानंतर दुसरी बाज टाकली गेली.

सासूपुढे काही बोलायची प्राज्ञा नव्हती. बाजेवर पसरलेलं पांढरं धोतर मला 'आल्बेर कामू'च्या 'आउटसायडर'मधल्या उन्हाने तळपणाऱ्या समुद्रासारखं भासायला लागलं. कुरडयांचे फेरे घालता-घालता बारा वाजायला आले. चिकाने बरबटलेले हात आणि पातेले घासता-घासता साडेबारा वाजत आले. पोटात भुकेचा नंगानाच सुरू होता. सगळ्यांची ताटं वाढून दिल्यानंतर, सकाळी गडबडीत केलेली उडदाची दाळ आणि भाकरी घेऊन मी जेवायला बसले. माझं जेवण संपायच्या आत सासूबाईंनी सांगितलं... 'बाई, मी जरा आंग टाकतो. कुरडायाकडे पायजो.

ढोरगीर तोंड लावीन. चांगलं ध्यान ठीव जो.'

सकाळपासूनच्या धामधुमीने मी पार थकले होते. 'आता आणखी बोडख्यावर हे कुरडया राखायचं काम आलं. काय गरज होती एवढ्या पायलीच्या कुरडया घालायची! कुठल्याही गोष्टीत गावात मोठेपणा दाखवत बसायचं... रिकामं कामं.' सासुरवाशणी अशा फक्त मनातच बडबडू शकतात. मी घराच्या दाराशी जाऊन बसले. ताज्या कुरडयांनी बहरलेल्या दोन बाजा उन्हात झळकत होत्या.

तासाभरातच मला कंटाळा येऊ लागला. दुपारचं जेवण उन्हाळ्यात पेंग आणतं. गरम चीक सोऱ्यात घालून सरसा करताना हात पोळून-पोळून हुळहुळे झाले होते. स्वत:चे गुलाबी तळवे निरखत मी, कुरडयांचा शोध कुण्या महाभागाने लावला याचा विचार करू लागले. अखेर नियतीशरण होऊन मी आतून जुनी गोधडी आणली. ठुसक्या उशीवर मान कलती ठेवून हातपाय पसरले. झोपल्या-झोपल्याच कुरडया राखू लागले. अखेर होऊ नये ते झालं. माझा डोळा लागला आणि घात झाला!

''वं झोपल्या का वं मायबह्यनीहो. गाय कुलड्या खाऊ रायली ना वं बयना...'' बाजूच्या गवई आज्जी मोठ्ठ्याने बोंबलत होत्या. मी ताडकन उठले. 'हाट हाट' करत बाहेर आले. बाजेशी ठेवलेली काठी उचलली आणि सगळा राग आणि संताप एकवटून ठण्णदिशी पाठमोऱ्या गायीच्या पाठीवर हाणली. गायीने तोंड बाजूला केलं आणि ती मान झटकून बाजूला झाली. गाय अंगणाबाहेर जाऊ लागली. मी संतापाने थरथरत होते. गायीच्या पाठीवर मी परत एक जोरदार तडाखा हाणला. गाय जोराने पळाली. बाजेच्या एका कोपऱ्यातल्या दहा-पंधरा कुरडया उचकलेल्या दिसत होत्या.

सगळ्यांत आधी सासूच्या भीतीने माझे पाय लटपटायला लागले. जास्त शिकलेल्या पोरी अजिबात कामाच्या नसतात, अगदीच 'वाया जायेल' असतात असे त्यांचे मत होते. ते जणू मी सिद्धच करून दिले होतं. माझं वेटाळात हसं होणार होतं... माझ्या कामचोरपणावर किंवा आळशीपणावर शिक्का पडणार होता... 'कुरडया राखता येत नाहीत तर बया संसार कसा माय करणार...' असं बोलणाऱ्या बाया मला दिसू लागल्या. पुढे काय घडलं हे लिहायचीसुद्धा गरज नाही. विदर्भाच्या खेड्यातल्या सासुरवाशिणीच फक्त माझं दु:ख समजू शकतात.

या घटनेला बारा वर्षं उलटून गेल्यानंतर आज मी विचार करत आहे... गायीसाठी गोग्रास बाजूला काढल्याशिवाय जेवणाला हात न लावणारी माझी आई... गायीच्या पोटात तेहतीस कोटी देव असतात असं सांगणारी आमची संस्कृती... आणि कडकडीत उन्हात गायीच्या पाठीत जीव खाऊन रट्टे घालणारी मी, यांचा कुठेच मेळ बसत नाहीये.

गायीने कुरडयात तोंड घातल्यामुळे माझ्यातल्या संसारीपणाचं अस्तित्व धोक्यात आलं होतं. नवीनच लग्न झाल्यामुळे माझ्यात सासूशी प्रतिवाद करायची हिंमत नव्हती. कुरडया घालण्यासाठी मी आधीचे तीन दिवस सलग मेहनत केली होती. रोज गव्हातलं पाणी बदलणे... गहू उपसून वाटणे... पाण्यात भिजवून चीक पिळणे... दंड-खांदे दुखेस्तोवर चीक हाटणे... चुलीवर चीक शिजवणे... कितीतरी मेहनतीनंतर कुरडई बाजेवर पडली होती... आणि जरा काय डोळा लागला तर आयत्या गावडीने संधी साधली होती.

संपूर्ण हंगामात ढोरमेहनत करून काढलेल्या सोन्यासारख्या मालावर डाका पडल्यानंतर तळपायाची आग मस्तकात गेलेल्या शेतकऱ्यासारखीच माझी अवस्था झाली होती. तरीसुद्धा, एका रट्ट्यातच बाजूला झालेल्या गायीला इतका खच्चून दुसरा तडाखा मी का मारला?... मी हिंसक आहे का?... माझ्या मेहनतीवर आगंतुकाने डल्ला मारला तर मी अहिंसक राहून पाहू शकत नाही?

हिंसा आणि अहिंसा या एकाच नाण्याच्या दोन बाजू आहेत. दुसऱ्यावर वेळ येते तिथपर्यंत आपण अहिंसेचे पुजारी राहू शकतो. अस्तित्वाचा प्रश्न 'आ' वासून समोर उभा ठाकला की हिंसेला पर्याय नसतो. हिंसक कृत्य करणाऱ्या दुसऱ्या व्यक्तीला माथेफिरू म्हणणं फार सोपं आहे तोपर्यंतच, जोपर्यंत स्वतःवर माथेफिरूपणा करायची वेळ येत नाही.

मी हिंसावादी आहे का? तर, होय. गायीच्या ठिकाणी एखादा मनुष्य असता तरी मी त्याला हाणलंच असतं; कारण प्रश्न माझ्या अंगमेहनतीचा, माझ्या अस्तित्वाचा होता. पूर्वायुष्यात कधी अंड्याला न शिवणारी मी बाळ पोटात असताना प्रोटीन कमतरता कमी करण्यासाठी मांसाहार करू लागले. उद्या जाऊन पृथ्वीच्या पाठीवर गोमांसाशिवाय खायला काहीच शिल्लक उरलं नाही तर मी तेसुद्धा खाऊ शकेन. स्वतःच्या बियर कारखान्यांना स्वस्तात कच्चा माल मिळावा

म्हणून गहू गोदामात सडवल्यानंतर कुणा राज्यकर्त्याला एखाद्या माथेफिरू पोराने सणसणीत लगावली तर मला मुळीच आश्चर्य वाटत नाही. सोन्यासारखा माल मातीमोलाने विकताना त्याच्या तळपायाची आग कशी मस्तकात गेली असेल, हे मला चांगलं समजतं. द्वेष, संताप किंवा हिंसा ही एका व्यक्तीने दुसऱ्या व्यक्तीशी केलेल्या निर्दयी वर्तनाला आलेली कडू फळं आहेत, ती चाखावीच लागतात; मग इच्छा असो किंवा नसो!

•••

उलटा टांगलेला बोकड आणि मावशी...

माझ्या लहानपणीची गोष्ट. आमचे एक नातेवाईक चिकटेकाका गावाबाहेर राहत होते. त्यांच्या घराकडे जाताना दोन्ही बाजूंनी शेते आणि झाडे असलेला बऱ्यापैकी निर्जन रस्ता लागायचा. खरंतर हा एक पाणंद रस्ता होता. पण बऱ्यापैकी पक्का होता. आम्ही फार कमी वेळा, काही निमित्त असेल तरच चिकटेकाकांकडे जायचो. मला तो रस्ता फार आवडायचा. त्या रस्त्याने जाताना खूप शांत आणि प्रसन्न वाटायचं. आमच्या घरी कोणी पाहुणे आले की मला आनंद व्हायचा. कारण या पाहुण्यांना घेऊन गावाबाहेरच्या नातेवाइकांकडे जाण्याची संधी मिळायची. चिकटेकाकांच्या घरी जायला आवडण्याचं आणखी एक कारण म्हणजे, त्यांच्या परसात राय-आवळ्याचं झाड होतं. ते आवळे मला फार आवडायचे.

त्या रस्त्यावर उजव्या बाजूला एक खाटकाचं दुकान होतं. दुकान कसलं... लहानशी टपरी होती. तिथे सोललेला बोकड टांगून ठेवलेला दिसायचा. या सगळ्या रस्त्यावर ते एकमेव दुकान मला अजिबात आवडायचं नाही. मला तिकडं पाहायची भीती वाटायची. मी तिकडं पाहणंसुद्धा टाळायची. तरीही, लक्ष जायचं. आमचं कुटुंब पूर्णपणे शाकाहारी होतं. वरणभात खाणाऱ्या माणसाला मटण म्हणजे काहीतरी भयानक असतं, असं वाटण्यामागचं एक महत्त्वाचं कारण म्हणजे,

खाटकाच्या दुकानात टांगलेला उलटा बोकड!

एकदा माझी मावशी आली होती. मावशी अतिशय धार्मिक होती. आईच्या माहेरचं कुटुंबही शंभर टक्के शाकाहारी. ती बरंच देवाधर्माचं पाळायची. तिचे पती मरण पावल्यानंतर ती माहेरच्या राम मंदिरात सेवा करायची. विधवापणात ती मरेपर्यंत माहेरीच राहिली. तर, ती आमच्या घरी पाहुणी म्हणून आली होती. ती आली की तिचा लांबलचक मुक्काम असायचा आणि ती आम्हा भावंडांना छान-छान करून खाऊ घालायची. त्यामुळे आम्हांला ती खूप आवडायची. ती माझे खूप लाड करायची.

ती येऊन चार-पाच दिवस झाल्यानंतर 'चिकटेकाकांच्या घरी चल...' म्हणून मी तिच्यामागे टुमणं लावलं.

'उद्या जाऊ', 'उद्या जाऊ' असं करता-करता आणखी चार-पाच दिवस निघून गेले. एके दिवशी दुपारी मी तिच्या मागेच लागले. मग साडेतीन-चारच्या सुमारास ती आवरून तयार झाली. मी, माझे दोन भाऊ, तिची मुलगी आणि ती, असे आम्ही पाच जण चिकट्यांकडे जायला निघालो. गावाबाहेर पडल्यानंतर नाचत-बागडत आम्ही आनंदाने चालत होतो. थंडगार हवेचा आनंद वाटत होता. रस्त्याने अजिबात वाहने किंवा गर्दी नसल्यामुळे कुठल्याही बाजूने चाललं तरी कसलाच धोका नव्हता; त्यामुळे पळणं आणि उड्या मारणं बिनधास्त सुरू होतं. मावशीही रागावत नव्हती. मावशी उजव्या बाजूने आणि आम्ही तिच्या मागेपुढे उड्या मारत चाललो होतो. ती आनंदाने आमच्याकडे पाहत होती. तिलासुद्धा छान वाटत असावं.

चालता-चालता आम्ही त्या दुकानासमोर आलो आणि मावशीचं एकदम दुकानाकडे लक्ष गेलं. तिथे नेहमीप्रमाणे एक लांबलचक बोकड सोलून उलटा टांगला होता. मावशी सोबत असल्यामुळे मी घाबरले नाही तरीसुद्धा पटकन दुसरीकडे मान वळवली. ते दृश्य पाहिल्याबरोबर मावशीने उजव्या हाताने साडी वर उचलून धरली आणि ती एकदम भराभर पाय टाकत पुढे चालू लागली. माझा हात धरून ओढू लागली.

जेमतेम दहा-बारा पावलं चाललो असू तर मावशी एकदम एका झाडाखाली बसली. तिचं तोंड अगदी कसंनुसं झालं होतं. तिला गरगरून येत होतं. तिला

मळमळ होत होती आणि चक्करही येऊ लागली होती. तो टांगलेला बोकड पाहून मावशीची अवस्था खराब झाली होती. आम्ही भावंडं तिच्याभोवती जमा होऊन 'काय झालं?', 'काय झालं?' करू लागलो. दहा-पंधरा मिनिटांनी ती सावकाश उठली आणि झाडाला हात लावून तशीच उभी राहिली.

मग हळूहळू चालत आम्ही सगळे तिचा हात धरून तिला चिकट्यांच्या घरी घेऊन गेलो. तिची मुलगी माझ्यापेक्षा मोठी होती. तिने घडलेला सगळा प्रसंग चिकटेकाकूंना सांगितला. काकूसुद्धा कावऱ्याबावऱ्या झाल्या. पण आम्ही घाबरलो होतो हे लक्षात आल्यावर त्या हसू लागल्या आणि म्हणाल्या, 'चला, आता मस्त कांदा-पोहे खाऊ या.' त्यांनी कांदा-पोह्याचं नाव काढलं मात्र; मावशी एकदम उठून बाहेर अंगणात गेली आणि भडाभडा ओकू लागली. टांगलेला बोकड पाहून तिची अवस्था फार वाईट झाली होती. कसलेही मांसाहारी पदार्थ डोळ्यांनी न पाहिलेल्या त्या अष्टसात्त्विक बाईची, त्या मेलेल्या बोकडाने फार वाईट अवस्था केली होती.

कसेबसे चहा पिऊन आम्ही थोडा वेळ बसलो. पण मावशीला पुन्हा त्याच रस्त्यानं घरी न्यायची फार भीती वाटत होती. शेवटी दीड किलोमीटर उलटं चालत जाऊन आम्ही एक वळण घेतलं आणि दुसऱ्या रस्त्याने घरी आलो. नंतर मी अनेक वेळा पायी-पायी किंवा सायकलने त्या रोडने आले-गेले तरी मला काही झालं नाही. पण त्या दुकानाकडे पाहायचं मात्र मी नेहमीच टाळत राहिले.

या गोष्टीला आता २२-२३ वर्षं होऊन गेली आहेत. माझ्या मुलाला मांसाहार आवडतो त्यामुळे मी मांसाहारी पदार्थ करायला शिकून घेतले आहे. परंतु आजही मला खाटकाच्या दुकानात टांगलेला उलटा बोकड पाहायची खूप भीती आणि किळस वाटते.

मी सर्व प्रकारच्या अन्नाचा आदर करते. 'अन्न हे पूर्णब्रह्म!' हे मानते. तरीही, एखाद्या व्यक्तीवर वर्षानुवर्षं ज्या पद्धतीचे अन्न खाण्याचे संस्कार असतात तेच अन्न त्याला अधिक आवडतं आणि प्रिय असतं, हे मी निश्चित सांगू शकते.

•••

मी, राज ठाकरे आणि हसरे बॅनर

दर वर्षी आमच्या घरासमोरच्या मोकळ्या जागेवर मेंढपाळ लोक मुक्कामी येतात. आमचा त्यांच्याशी जिव्हाळा जडला आहे. त्यांना पिण्याचे पाणी देणे, त्यांच्यातल्या कारभारी आजोबांना चहाला बोलावणे, लहान मुलांना बिस्किटपुडे देणे असा रिवाज आहे. मागच्या वेळी आम्ही त्यांना किराणा पाकिटेही दिली.

तर, एका वर्षी यवतमाळात प्रचंड पाऊस होता. नेहमीप्रमाणे मेंढपाळ मुक्कामी आले. धुवांधार पाऊस... मेंढ्या-माणसं सगळी उघड्यावर... फाटक्यातुटक्या पालात... सगळं सामान भिजलेलं... त्यांच्यासाठी मी रात्रभर बाहेरचे दिवे लावून ठेवले होते. लेकरंबाकरं अंधारात रडत होती. त्यांची रडणी ऐकून मला रात्रभर झोप आली नाही. सारखं अपराधी वाटत होतं.

सकाळी मी मुलाला घेऊन शाळेत सोडायला गेले. वंदे मातरम चौकात माझ्या मैत्रिणीचं घर आहे. तिथल्या पेट्रोलपंपाजवळ, हायवेवर सगळीकडे मोठाले बॅनर लागलेले दिसत होते. मनसेचा काहीतरी मोठा कार्यक्रम दिसत होता. लोकांची गर्दी झाली होती. लोक मोठमोठाले बॅनर लावत होते. मुलाला शाळेत सोडल्यानंतर मी मैत्रिणीच्या घरी थांबले. तिला मेंढपाळ लोकांचे हाल होत असल्याचे सांगितले.

दुसऱ्या दिवशी दुपारी मी तिच्या घरी गेले. आम्ही तिच्या घरातून शिडी आणली. ती शिडी पकडून उभी राहिली. मी शिडीवर चढले. पण बॅनर खांबाला खूपच पक्के बांधले होते. मग घरातून कात्री आणली. आम्ही प्रत्येक खांबावरचे बॅनर काढू लागलो. येणारे-जाणारे लोक अवाक् होऊन आमचा उद्योग पाहत होते.

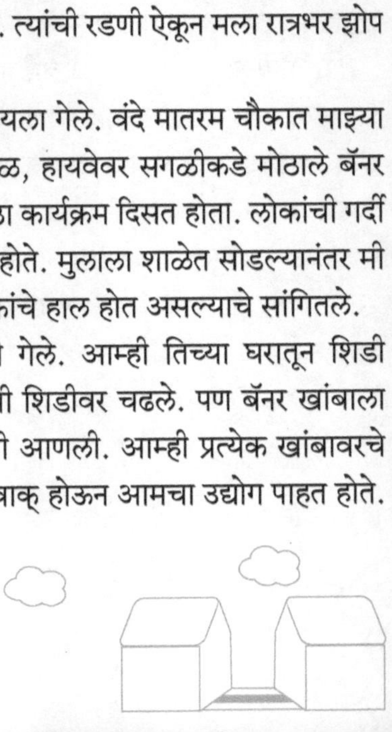

चांगल्या घरच्या बायका हे कसले उद्योग करताहेत, त्यांना आश्चर्य वाटत होतं! आम्ही सात-आठ बॅनर काढून घरात घेऊन गेलो. व्यवस्थित गुंडाळून घेऊन मी ते घरी आणले. पावसाची भुरभुर सुरूच होती. डोक्यावर छत्री घेऊन मी ते सगळे बॅनर मेंढपाळ बायकांना नेऊन दिले. त्यांनी जमतील तसे ते पालावर बांधले. दोन-चार पालांवर फाटके प्लास्टिक होते. त्यावरून महाराष्ट्र नवनिर्माण सेनेचे राजबिंडे ठाकरे पसरवले.

गोष्ट इथेच संपली नाही. दुसऱ्या दिवशी सकाळी मला मैत्रिणीचा फोन आला. तिच्या घरी दोन माणसं येऊन माझी चौकशी करून गेल्याचे तिने सांगितले. मी म्हटलं, 'मनसेचे कार्यकर्ते नेतात आता आपल्याला धरून.'

मी मुलाला शाळेत सोडवून येताना चौकात दोन माणसं उभी होती. त्यांनी मला हात दाखवून थांबवले. त्यांच्या हातात एक गठ्ठा होता. तो त्यांनी माझ्या सुपूर्द केला. त्यातला एक जण म्हणाला, 'ताई, काल तुम्हांला बॅनर काढतानी पाह्यलं. मनून हे आज आजून बांधून आणलेत. मागच्या वर्षीचे जुनेच आहेत. पाह्य जा काही कामी येतीन तं.'

त्या भल्या माणसांनी मी बॅनर चोरले म्हणून रागवण्याऐवजी अजून पाच-सात मोठ्ठे जाडजूड बॅनर मला आणून दिले होते. कसलीही शंका न घेता, अवाक्षर चौकशी न करता....

बॅनर उघडून पाहिले. आत राज ठाकरे गोड हसत होते. चला... म्हटलं, मोठंच काम झालं. पुन्हा एकदा ते बॅनर मेंढ्यावाल्यांपर्यंत पोहोचवले. ते लोक चार-पाच दिवसांच्या वर एका जागी मुक्कामी राहत नाहीत. पण त्यांचे पुढचे दोन-तीन दिवस कोरडे गेले. जाताना त्यांच्या बैलगाड्या आमच्या दारावरून जातात. बायका हात जोडू-जोडू नमस्कार करत होत्या.

मनात म्हटलं, ही तर मनसेची कृपा आहे. आम्ही काय केलंय... अशा प्रकारे महाराष्ट्र नवनिर्माण सेनेने दहा-बारा मेंढपाळ कुटुंबांना भर पावसात सहारा दिला.

•••

लेखिका परिचय

अमृता खंडेराव

E-mail : khanderaoganesh007@gmail.com

- कथा, कविता, ललित, वैचारिक, सामाजिक, पथनाटक, बालसाहित्य, गाणी, जिंगल्स, जाहिरात असे लेखनाचे विविध प्रकार अमृता खंडेराव यांनी हाताळले आहेत. 'सकाळ', 'मिळून साऱ्याजणी', 'सेवा दल पत्रिका' अशा विविध वृत्तपत्रांसाठी आणि मासिकांसाठी लेखन
- ग्रामस्वच्छता अभियान, शेतकऱ्यांच्या समस्या, महिलांचे सामाजिक प्रश्न, पर्यावरण या विषयांवर विद्यार्थ्यांच्या मदतीने पथनाट्यांचे सादरीकरण
- ग्रामीण महिलांच्या समस्या सोडवण्यासाठी कार्यरत, आत्महत्याग्रस्त शेतकरी कुटुंबातील महिलांचे प्रश्न, ग्रामीण विद्यार्थ्यांना शैक्षणिक सहकार्य, ग्रामीण भागातील शाळा आणि बचत गट यांच्याबरोबर विविध विषयांवर काम. महिलांना मदत मिळवून देण्यासाठी जवळपास १०० कार्यक्रमांचे आयोजन
- ग्रामीण भागातील विद्यार्थ्यांसाठी ज्ञान परीक्षा, चित्रकला आणि वक्तृत्व आणि पर्यावरणविषयक स्पर्धांचे आयोजन आणि शिक्षकांना मोफत शैक्षणिक मार्गदर्शन
- पाचशेहून अधिक पर्यावरणविषयक कार्यशाळांचे आयोजन
- सामाजिक आणि जातीय सलोख्यासाठी विविध कार्यक्रमांचे आयोजन
- वेगवेगळ्या सामाजिक आणि पर्यावरणविषयक संस्थांना सहकार्य आणि मार्गदर्शन
- 'नागपूर सकाळ' या वृत्तपत्रातून 'मूल घडवताना...' या विषयावर स्तंभलेखन. महिलांवरील अत्याचार, सामाजिक प्रश्न, पर्यावरण, ग्रामीण भागातील समस्या, शैक्षणिक मार्गदर्शन, महिलांच्या नात्यासंदर्भातील उपरोधिक विनोदी मालिका, लहान मुलांसाठी मजेदार व्हिडिओ असे २००पेक्षा अधिक व्हिडिओ त्यांच्या Amruta Khanderao YouTube चॅनलवर उपलब्ध

www.ingramcontent.com/pod-product-compliance
Lightning Source LLC
LaVergne TN
LVHW090344051026
849518LV00006B/2043